INSIGHT PUBLICA®

INSIGHT PUBLICA®

Nadakkavu, Kozhikode, Kerala
www.insightpublica.com
e-mail: insightpublica@gmail.com

Bhayappadam

(Malayalam Stories)

TP Venugopalan

First Edition :March 2018
This Edition: November 2021

ISBN 978-93-87398-12-2

ഭയപ്പാടം

ടി.പി. വേണുഗോപാലൻ

INSIGHT PUBLICA

കണ്ണൂർ ജില്ലയിലെ പാപ്പിനിശ്ശേരിയിൽ ജനിച്ചു.

ഭൂമിയുടെ തോട്ടക്കാർ, സുഗന്ധമഴ, അനനാസികം, കേട്ടാൽ ചങ്കുപൊട്ടുന്ന ഓരോന്ന്, സൈഡ്കർട്ടൻ, കുന്നുംപുറം കാർണിവൽ, ആത്മരക്ഷാർത്ഥം (കഥാസമാഹാരങ്ങൾ) തെമ്മാടിക്കവല, ഒറ്റയാൾ നാടകത്തിലെ കഥാപാത്രങ്ങൾ, അരവാതിൽ, കുത്തും കോമയുമുള്ള ഈ ജീവിതം (നോവലുകൾ) ആട് (വിവർത്തന നാടകം) എന്നിവ കൃതികൾ.

പ്രേംജി അവാർഡ്, മുണ്ടശ്ശേരി അവാർഡ്, ചെറുകാട് അവാർഡ്, ഇടശ്ശേരിഅവാർഡ്, ഡോ: കെ.എൻ. എഴുത്തച്ഛൻ അവാർഡ്, അബുദാബിശക്തി അവാർഡ്, എം.പി. കുമാരൻ അവാർഡ്, അധ്യാപക ലോകം അവാർഡ്, സമന്വയം അവാർഡ്, കൈരളി ടി.വി അറ്റ്ലസ്സ് ലിറ്ററി അവാർഡ്, അക്ഷരം അവാർഡ്, പബ്ളിക് സർവന്റ് സാഹിത്യഅവാർഡ് എന്നിവ ലഭിച്ചിട്ടുണ്ട്.

ഇപ്പോൾ സർവശിക്ഷാഅഭിയാൻ കണ്ണൂർ ജില്ലാ പ്രോഗ്രാം ഓഫീസർ. കേരള സാഹിത്യ അക്കാദമി അംഗം.

വിലാസം: ടി.പി. വേണുഗോപാലൻ, കണവത്ത് വീട്, പാപ്പിനിശ്ശേരി വെസ്റ്റ്, കണ്ണൂർ 670561

ഇ. മെയിൽ: tpvenugopalantp@gmail.com

ഫോൺ: 9496140052, 04972786237

ടി.പി. വേണുഗോപാലൻ

ഉള്ളടക്കം

വിരുദ്ധൻ

'കൈവിരലുകൾ പോലെ, പ്രകൃതത്തിലും, പ്രയോഗത്തിലും, പെരുമാറ്റത്തിലും വ്യത്യസ്തരാണ് ഓരോരുത്തരും', എന്ന മഹത് വചനം കേട്ടതിനുശേഷമാണ്, ഞാൻ ആളുകളെ വിരൽ വെച്ച് അളക്കാൻ തുടങ്ങിയത്.

ചെറുവിരൽ കണക്കെ അരികുചേർന്നും അപകർഷപ്പെട്ടും ചിലർ ശ്രദ്ധയാകർഷിക്കുന്നു. പൊന്നണി വിരലിന്റെ തിളക്കം പോലെ ചിലർ മറ്റുള്ളവരെ നിഷ്പ്രഭമാക്കുന്നു. അംഗരക്ഷകർ ഇരുവശത്തും നിലയുറപ്പിച്ചിട്ടുണ്ടെന്ന ധാർഷ്ട്യത്തിൽ ചിലർ നെഞ്ചുവിരിച്ച്, തലയുയർത്തി.... ചൂണ്ടിക്കാട്ടാനും ചെറുത്തു നിൽക്കാനും ഞാനല്ലാതെ മറ്റാരുണ്ട് എന്ന് ജാഗ്രതപ്പെട്ട് ചിലർ...

എനിക്ക്, പക്ഷേ ഒരു പെരുവിരലാകാനാണ് ആഗ്രഹം.

പിള്ളവിരലുകളുടെ തള്ളയെന്ന് നെഗളിക്കാനല്ല. ദക്ഷിണയായി ഇലയിൽ പൊതിഞ്ഞു നൽകി ഗുരുഭക്തി ഘോഷിക്കാനല്ല. മറ്റുള്ളവരെ ഞൊട്ടി വിളിച്ച് യജമാനത്തം കാട്ടാനല്ല. ഉടമ്പടിയിൽ ഒപ്പ് ചാർത്തി അവകാശം സ്ഥാപിക്കാനല്ല. എണീറ്റ്നിന്ന് വിജയാശംസകളുടെ ഗൂഢഭാഷ കൈമാറാനുമല്ല.

ജീവിച്ചിരിക്കുന്നതിന്റെ അടയാളം അപരന്റെ കവിളിൽ ചാർത്താൻ എല്ലാവരും തിടുക്കപ്പെട്ട് മുന്നോട്ട് കുതിക്കുമ്പോൾ, ഒന്ന് തെന്നിമാറാൻ, ഒന്ന് ഒഴിഞ്ഞുനിൽക്കാൻ, ഒന്ന് ഒറ്റപ്പെടാൻ....

●

യുദ്ധം

അരയാൽ തറയിൽ ഇരുമ്പാണി കൊണ്ട്, അറുപത്തിനാല് കളങ്ങൾ വരച്ച്, പലരൂപത്തിൽ ചെത്തിയുണ്ടാക്കിയ കരിങ്കൽകരുക്കൾ നിരത്തിവെച്ച് തലപുകയുകയായിരുന്നു, ഞങ്ങൾ.

ദൂരെ അമ്പല മൈതാനത്ത് കാൽപന്തുകളിയിലേർപ്പെട്ട കുട്ടികളുടെ സീൽക്കാരങ്ങൾ, നേർത്തതായിരുന്നിട്ടുകൂടി ഞങ്ങളുടെ ഏകാഗ്രതയെ അലോസരപ്പെടുത്തുന്നുണ്ടായിരുന്നു.

എങ്കിലും ഞങ്ങൾ കരുനീക്കം തുടർന്നു.

എന്റെ തേരിനെ അവന്റെ കാലാൾ നിർദ്ദയം മറിച്ചിട്ടപ്പോൾ, ഞാൻ ദൂരെയുള്ള ഏതോ കുട്ടിയെ നോക്കി പല്ലു കടിച്ചു. അവന്റെ രാജാവിനെ എന്റെ കുതിര ആവേശത്തോടെ തളച്ചിട്ടപ്പോൾ അവൻ ഏതോ കുട്ടിയുടെ നേർക്ക് കണ്ണുമിഴിച്ചു. ഇരുവശത്തേയും ആനകൾ അടിതെറ്റിവീണപ്പോൾ ഞങ്ങൾ മൈതാനം നോക്കി മുഷ്ടി ചുരുട്ടി.

കരുക്കൾ ഒന്നൊന്നായി കളത്തിനു പുറത്ത് മരിച്ചുവീഴുകയായിരുന്നു. അപ്പോൾ മൈതാനത്തിന്റെ അതിർത്തിയിൽ നിന്ന് തുള്ളിത്തെറിച്ച തുണിപ്പന്ത് ഉരുണ്ടുരുണ്ട്, നിയോഗം പോലെ ഞങ്ങളുടെ കാൽക്കീഴിൽ വന്ന് അനക്കമറ്റു.

'ദൈവമുണ്ട്, സത്യം'. ഞാൻ പറഞ്ഞു.

'ഈയവസരത്തിന് വേണ്ടി പ്രാർത്ഥിക്കുകയായിരുന്നു, ഞാനും'. അവൻ പറഞ്ഞു.

ശത്രുതയും പകയും മാറ്റിവെച്ച് ഞങ്ങൾ ഐക്യപ്പെട്ടു.

പൊടുന്നനെ നിശ്ചലമായിതീർന്ന മൈതാനത്തു നിന്നും ഒരു ചെറിയ കുട്ടി പന്തെടുക്കാനായി തുള്ളിച്ചാടി വരുന്നത് ഞങ്ങൾ ശ്രദ്ധിച്ചു.

മുഖത്താകമാനം ചിരിവാരിത്തേച്ച് ഞങ്ങൾ കുട്ടിയെ തലയാട്ടിവിളിച്ചു.

കാൽക്കീഴിലുണ്ടായിരുന്ന പന്തിനുവേണ്ടി ധൈര്യപൂർവ്വം കുനിയവേ, ഞങ്ങൾ മുഖഭാവം മാറ്റി കുട്ടിയുടെ കുപ്പായത്തിന് കുത്തി പ്പിടിച്ചു. കുതറി മാറാൻ ശ്രമിച്ചപ്പോൾ കഴുത്തിനു പിടിച്ച് മൂന്നുവട്ടം കറക്കി. പിന്നെ തല ആൽത്തറയിൽ ആഞ്ഞിടിച്ചു.

രാജാക്കൻമാർ മാത്രം അവശേഷിച്ചിരുന്ന ചതുരംഗക്കളത്തിൽ ഇളം ചോര പടർന്നു. 'ഇനിയാരുണ്ട്' എന്ന അർത്ഥത്തിൽ പല്ലു കടിച്ചും, കണ്ണുമിഴിച്ചും, മുഷ്ടിചുരുട്ടിയും, നോക്കിയപ്പോൾ ഞങ്ങളെ ആഹ്ലാദിപ്പിക്കുന്ന തരത്തിൽ ശൂന്യമായിരുന്നു, മൈതാനം...

●

ലോകവും ദേശവും

...എത്ര മനോഹര, മെത്ര പവിത്രം,
എത്ര മഹത്തരമെൻദേശം...

കടപ്പുറത്തെ മണൽപരപ്പിൽ വട്ടമിട്ടിരുന്ന് ദേശഭക്തിഗാനം അഭ്യസിക്കുകയായിരുന്നു കുട്ടികൾ.

പൂർവ്വികരുടെ ജീവത്യാഗം, അതിർത്തിസ്തംഭങ്ങളുടെ മഹത്വം, ദേശത്തിന്റെ സംസ്കാരം, പാരമ്പര്യത്തിന്റെ സംരക്ഷണം..., ടീച്ചർ പാടിക്കൊടുത്തു.

അതേശബ്ദത്തിൽ, അതേ ഈണത്തിൽ, അതേവികാരത്തിൽ, കുട്ടികൾ ഏറ്റുചൊല്ലി. തിരമാലകളുടെ ശബ്ദം പാട്ടിന് താളഭംഗമുണ്ടാക്കുന്നുണ്ടെ ങ്കിലും, ഞരമ്പുകൾ ത്രസിപ്പിച്ച്, മാംസപേശികൾ വലിച്ചു മുറുക്കി, തൊണ്ട കനപ്പിച്ച്, ടീച്ചറും കുട്ടികളും അതിനെ അതിജീവിച്ചു.

കടൽകാറ്റ് കുട്ടികളുടെ ഇന്ദ്രിയങ്ങളിൽ നിറഞ്ഞൊഴുകുന്നു ണ്ടായിരുന്നു. ഇടക്കെപ്പോഴോ ഒരു കുട്ടി, പാട്ടിന്റെ കണ്ണിമുറിച്ച് ടീച്ചറോട് ചോദിച്ചു;

'ലോകത്തിലെ എല്ലാ കടൽ തീരത്തും ഇതേ ഉപ്പുകാറ്റ് തന്നെയോ?'

അനാവശ്യ ചോദ്യങ്ങൾ അരുത് എന്ന അർത്ഥത്തിൽ കണ്ണു മിഴിച്ച്, അശ്രദ്ധ പാടില്ല എന്ന അർത്ഥത്തിൽ പല്ലുഞെരിച്ച്, താളം തെറ്റിക്കരുത് എന്ന അർത്ഥത്തിൽ വടിയുയർത്തി, ടീച്ചർ അത്യുച്ച ത്തിൽ പാടിക്കൊടുത്തു.

...എത്രമനോഹര, മെത്ര പവിത്രം,
എത്ര മഹത്തരമെൻദേശം...

ആൽത്തറ

'പണ്ടത്തെ പാട്ടല്ലേ പാട്ട്...!'

ആരുടെയോ മൊബൈലിൽ റിംഗ്ടോണായി 'അപാര സുന്ദരനീലാകാശം' കേട്ടപ്പോഴായിരുന്നു ആൽത്തറയിലെ സായാഹ്ന ചർച്ച പാട്ടുവഴിയിലേക്ക് തിരിഞ്ഞത്.

'ഇന്നത്തെ പാട്ടുകൾക്ക് അർത്ഥമുണ്ടോ? ഇമ്പമുള്ള ഈണമുണ്ടോ? പാടുന്നോർക്ക് സ്വരശുദ്ധിയുണ്ടോ?'

ഒരാൾ ആവേശം കൊണ്ടു.

'കാടടച്ച് വെടിവെക്കരുത്''

കൂട്ടത്തിൽ ചെറുപ്പക്കാരനായ ഒരാൾ ഇടപെട്ടു.

'ഇപ്പോഴത്തെ പാട്ടുകൾക്ക് എന്താണൊരു കുഴപ്പം! ആസ്വദിക്കാനുള്ള മനസ്സാണ് ആദ്യം വേണ്ടത്.'

'ശരിയാണ്, ആസ്വദിക്കാനുള്ള മനസ്സില്ല. അപ്പങ്ങളെമ്പാടും ചുട്ടമ്മായി പോലത്തെ പാട്ടുകൾ ആസ്വദിക്കാനുള്ള മനസ്സില്ല.'

ഒന്നാമൻ വിട്ടു കൊടുത്തില്ല.

'അപ്പോ, നിങ്ങൾ പണ്ട് വറുത്ത പച്ചരി ഇടിച്ചുതള്ളിയതോ? ചിരട്ടപ്പുട്ടിന്റെ സ്വാദ് നോക്കിയതോ?'

ചർച്ചക്ക് വടംവലിയുടെ പിരിമുറുക്കം. ആരും അയഞ്ഞു കൊടുത്തില്ല.

'തേച്ചില്ലേപെണ്ണേ, തേപ്പുപെട്ടി പോലെ തേച്ചില്ലേ എന്ന് മോങ്ങിയാൽ പാട്ടാവുമോ?'

ചോദ്യം കൊണ്ടുള്ള നിർത്തി പൊരിക്കൽ.

'തമ്പുരാട്ടിയുടെ തിങ്കളാഴ്ച നൊയമ്പ് മുടക്കലും, ഇളനീർ കുടം

ഉടക്കലും ആണോ പാട്ട്? അധരം കൊണ്ടധരത്തിൽ അമൃത് നിവേദിച്ചത് വരെ നിങ്ങൾ പാട്ടാക്കിയില്ലേ?'

മറുചോദ്യം കൊണ്ടുള്ള മലർത്തിയടിക്കൽ.

വാദങ്ങളും എതിർവാദങ്ങളും മുറുകി.

'എന്നാലും, താമസമെന്തേ വരുവാൻ...' പോലുള്ള ഗാനങ്ങൾ ഇന്ന് തൊട്ടുകൂട്ടാനുണ്ടോ?'

പഴയതിന്റെ ആരാധകൻ വെല്ലുവിളിച്ചു.

'നിരോധിക്കേണ്ട പാട്ടുകളിലൊന്നാണത്.'

അതുവരെ മിണ്ടാതിരുന്ന താടിക്കാരൻ സടകുടഞ്ഞെഴുന്നേറ്റു.

ഒരു നിമിഷം എല്ലാവരും നിശബ്ദരായി.

'കൃത്രിമവും, അശ്ലീലവും, പാരമ്പര്യ നിഷേധവുമാണത്.'

താടിക്കാരൻ ഉറക്കെ പ്രഖ്യാപിച്ചു.

പാട്ടുകളുടെ പേരിൽ കടിച്ചുകീറിയവർ, അതെല്ലാം മറന്ന് താടിക്കാരന്റെ വാക്കുകൾക്ക് സാകൂതം ചെവികൂർപ്പിച്ചു.

'ഭാസ്കരൻ മാഷിന്റെ പാട്ടിന് എം. എസ്. ബാബുരാജിന്റെ ഈണവും കെ.ജെ. യേശുദാസിന്റെ ശബ്ദവും! എന്താ ശരിയല്ലേ?'

എല്ലാവരും അതെ, അതെ എന്നു തലയാട്ടി.

'വിരുദ്ധാഹാരങ്ങൾ ഒന്നിച്ചു ചേർത്താൽ വിഷതുല്യമെന്ന് നമ്മുടെ ആയുർവേദത്തിലുണ്ട്. വിരുദ്ധ മത, സംസ്കാരങ്ങൾ കൂടിച്ചേർന്നാലും ഫലം ഇതു തന്നെ. അതു കൊണ്ടല്ലേ വിരുദ്ധ നിറങ്ങളുള്ള കൊടിപോലും ശാശ്വതമല്ലെന്ന് പറയുന്നത്.'

സമൃദ്ധമായ താടിരോമങ്ങളിൽ വിരലോടിച്ചുകൊണ്ടയാൾ തുടർന്നു.

'പ്രഖ്യാതമായ നമ്മുടെ ഏകമുഖസംസ്കാരത്തിന്റെ കടക്കൽ കത്തി വെക്കാൻ ആരെയും അനുവദിക്കരുത്. വെറും പാട്ടുകാരായാൽ പോലും'

പകൽ മാഞ്ഞു പോയിരുന്നു. ഇരുട്ടിന് കനംവെച്ചു തുടങ്ങി. കൂവലുകൾക്കും ഓരിയിടലുകൾക്കും ഒപ്പം അജ്ഞാത ശബ്ദങ്ങളും ചുറ്റും പെരുകി വന്നു.

ആൽത്തറയിലെ സംസാരം പിന്നെയും തുടർന്നു.

●

കത്ത്യാൾ

നഗരത്തിലെ ഇരുമ്പു കടയിൽ നിന്ന് വിലപേശി വാങ്ങിയ കത്ത്യാളുമായി തൊട്ടടുത്ത ഹോട്ടലിൽ കട്ടൻചായ കഴിക്കാൻ കയറിയതായിരുന്നു ഞാൻ. കൗണ്ടറിലിരിപ്പായി രുന്ന ഹോട്ടലുടമ എന്നെ കണ്ടപാടെ എഴുന്നേറ്റു നിന്നു. ചില്ലലമാരയിൽ നിന്ന് അരിച്ചു വന്നിരുന്ന ഉള്ളിവടയുടെ മണം മൂക്കിൽ വലിച്ചു കേറ്റുകയായിരുന്ന എന്റടുത്തു വന്ന് ഹോട്ടലുടമ ചെവിയിൽ പറഞ്ഞു.

'ഇവിടെ കടലയും കോഴിയും മാത്രെ കറിയുള്ളൂ സാർ, പൊറോട്ടക്ക്.'

'തൽക്കാലം ഒരു കട്ടൻ മതി'

അയാളുടെ അതിവിനയം ആസ്വദിച്ച് ഞാനൊന്നു ഞെളി ഞ്ഞിരുന്നു.

ഓരോ കവിൾ കരിഞ്ചായയോടൊപ്പം ഉള്ളിവടയുടെ ചുട്ട മണം മൂക്കിലേക്ക് വലിച്ചു കേറ്റവേ വീണ്ടും അയാൾ ഓടി വന്നു.

'ഇല്ല സർ, ഇവിടെ പൊറോട്ടക്ക് വേറൊരു കറിയും വെക്കാറില്ല'.

ഞാനയാളുടെ നേർക്ക് നെറ്റി ചുളിച്ചു.

'അള്ളാണെ നേര്!'

അവസാനതുള്ളി ചായയും ഊറ്റിക്കുടിച്ച ശേഷം മേശമേൽ വെച്ചി രുന്ന കത്ത്യാൾ തോളിലിറുക്കി ഞാനെണീറ്റു.

പൈസ കൊടുക്കാനായി പോക്കറ്റിൽ കൈയിടവേ,

'ഓ, അതൊന്നും വേണ്ട സാർ,' എന്ന് വീണ്ടും വിനയാന്വി തനായി.

‘ഓരോരോ തരക്കാർ’ എന്ന് മനസ്സിൽ പറഞ്ഞ് ഒരു അളിഞ്ഞ ‘താങ്ക്സ്’’ നൽകി പുറത്തിറങ്ങിയപ്പോൾ ‘പൊന്നുമോൻ’ബസ്സ് ചീറിവരുന്നു. കത്ത്യാൾ നെഞ്ചോട് ചേർത്തുപിടിച്ച് ബസ്സിൽ ചാടിക്കയറി.

വേഗം വീട്ടിലെത്തണം. ഓലമടൽ ഒരുപാട് വെട്ടാനുണ്ട്. ഗ്യാസ് കുറ്റിയും നമ്മളും ഇനി ഒത്തു പോകില്ല...

●

ഭയാധിപത്യം

ക്രയവിക്രയങ്ങൾക്ക് ഇനി മുതൽ പണത്തിനു പകരം ഭയം ഉപയോഗിക്കണമെന്നും, അവശ്യവസ്തുക്കളുടെ വിലയിടിയുന്നത് കൺമുന്നിൽ കാണാമെന്നും ഉള്ള രാജവിളംബരം പാതിരക്കാണ് പറകൊട്ടി പ്രജകളെ അറിയിച്ചത്. പണമിടപാട് സ്ഥാപനങ്ങൾ അതോടെ ഭയമിടപാട് സ്ഥാപനങ്ങളായി.

ഭയച്ചാക്കുകൾ അട്ടിവെച്ച കൂറ്റൻ കണ്ടെയ്നറുകൾ ഖജനാവ് ലക്ഷ്യമാക്കി പാഞ്ഞു. രാജസേവകർക്കും പരികർമികൾക്കും വേതനം കിട്ടിയത് റബ്ബർ ബാന്റിട്ട ഭയക്കെട്ട്. പാടത്തും പറമ്പത്തും പണിയെടുക്കുന്നവർക്ക് അന്തിക്ക് കൂലി ഭയപ്പൊതി. പലഹാരക്കടയിലും പലചരക്കുകടയിലും പോകുന്നവർ പേഴ്സിൽ ഭയം കുത്തിത്തിരുകി. മരുന്നുശാലക്കുമുന്നിൽ രോഗികൾ ഭയവുമായി വരിനിന്നു. പിച്ചക്കാർക്കു നൽകുവാനായി വീട്ടുകാർ ഭയം ചില്ലറയാക്കി വെച്ചു.

മുറുക്കാൻ കടക്കാരൻ മുകുന്ദേട്ടന്റെ പെട്ടിയിൽ വൈകീട്ട് നിറഞ്ഞത് ഭയം. ബാഹുലേയൻ മുതലാളി കളത്തിലിറക്കിയത് നിലവറയിൽ നിന്നെടുത്ത പൂത്ത ഭയം. മനോരോഗ വിദഗ്ധൻ വാരിജാക്ഷന്റെ തുകൽബാഗിൽ വിയർപ്പിലും കണ്ണീരിലും കുതിർന്ന ഭയം. ബിവറേജസിന്റെ മേശവലിപ്പിൽ, നരഞ്ഞു പൊന്തിയ ഭയം.

പത്രക്കാരനും പാൽക്കാരനും മാസാവസനം രശീതിനൽകി വാങ്ങിയത് ഭയം. ക്ഷേത്രഭണ്ഡാരത്തിലും വഴിപാട് കൗണ്ടറിലും ഭയത്തിന്റെ കൂമ്പാരം. കുട്ടികൾക്ക് പോക്കറ്റ് മണിയായി കിട്ടിയത് ഭയം. പട്ടാളക്കാരനായ മകൻ പോസ്റ്റാഫീസു വഴി അമ്മക്കയച്ചുകൊടുത്തത് ഭയം. എഴുത്തുകാർക്ക്, കഥക്കും കവിതക്കും റോയൽറ്റി

കിട്ടിയത് ഭയം.

ഭയാധിപത്യത്തിന്റെ ലഹരിയിൽ നാട്ടും നഗരവും ഉണർന്നു.

രാജ വിളംബരം അക്ഷരംപ്രതി നടപ്പായതിൽ അധികാരികൾ ഊറ്റം കൊണ്ടു. ചുരുങ്ങിയ നാളുകൾക്കുള്ളിൽ, അവശ്യവസ്തുവായി മാറിക്കഴിഞ്ഞ മനുഷ്യമാംസം മാർക്കറ്റുകളിൽ സുലഭമായും, സൗജന്യമായും കിട്ടിത്തുടങ്ങിയല്ലോ.

●

ഒളിസങ്കേതം

നാട്ടിൽ ഒളിസങ്കേതങ്ങളില്ലെന്നതായിരുന്നു ഓടാമ്പൽ വാസുവിന്റെ സങ്കടം.

ഒരു കുറ്റിക്കാട്, ഒരു കപ്പാലം, ഒരു പാറമട, ഒരു ആളൊഴിഞ്ഞ വീട്...

ഈ സൗകര്യങ്ങളൊന്നുമില്ലാത്ത നാട്ടിൽ കള്ളൻമാരുടെ ജീവിതം കട്ടപ്പൊഹ.

കട്ടാലും, പിടിച്ചുപറിച്ചാലും, ബലാൽസംഗം ചെയ്താലും അടുത്ത നിമിഷം തന്നെ പോലീസുകാർ ഞേറ്റിക്കൊണ്ടു പോകുന്നു!

പണി, പണിപോലെ ചെയ്ത് പകൽ അമ്പലനടയിൽ ഭജനയിരുന്നു നോക്കി. രക്ഷയില്ല. മൂത്രമൊഴിക്കാനോ ബീഡിവലിക്കാനോ പുറത്തിറങ്ങിപ്പോയാൽ, പരുന്ത് കോഴിക്കുഞ്ഞിനെയെന്നപോലെ ഞൊടിയിടയിൽ റാഞ്ചും, പോലീസുകാർ.

അങ്ങനെയിരിക്കേയാണ് ഓടാമ്പൽവാസുവിന്റെ തലയിൽ ഒരു ബുദ്ധി ഉദിച്ചത്.

പതിവു പണിയെല്ലാം രാത്രി ചെയ്തു തീർത്ത്, പകൽ ആൽത്തറയിൽ ചമ്രം പടിഞ്ഞിരുന്ന് കണ്ണടച്ചു പൂട്ടുക. ബാർബർഷാപ്പിൽ പോകുന്നത് പൂർണമായും അവസാനിപ്പിക്കുക. അല്പം വരടിഭസ്മം സംഘടിപ്പിച്ച് നെറ്റിമേലും നെഞ്ചത്തും വാരിപ്പൂശുക. പൂജാസ്റ്റോറിൽ നിന്നും മാല മൊത്തമായി വാങ്ങി കഴുത്തിൽ ഞേറ്റുക. കള്ളത്താക്കോൽ ഉണ്ടാക്കിത്തരാറുള്ള കൊല്ലൻദാമുവിന് വല്ലതും കൊടുത്ത്, ഭാര്യയേയും പിള്ളേരേയും കൂട്ടിവന്ന്, മുന്നിലിരുന്ന് തൊഴാൻ

പറയുക. പിള്ളേർക്ക് കുറെ നാളായി, കരപ്പനും കുരിപ്പുമാണെന്നും, ഒറ്റ ഊതലിന് മാറ്റിക്കൊടുത്തുവെന്നും, മറ്റുള്ളവരോട് പറയാൻ ശട്ടംകെട്ടുക....

വള്ളി, പുള്ളി, വിസർഗം വിടാതെ എല്ലാം നടന്നു. ഒട്ടും വൈകാതെ ആളുകൾ കൂട്ടത്തോടെ വന്നു തുടങ്ങി. കൂട്ടത്തിൽ പോലീസുകാരും ജീപ്പുമായി വന്നു. കണ്ണടച്ച്, നിശ്ചേഷ്ടനായി ആൽത്തറയിലിരിപ്പായിരുന്ന ഓടാമ്പലിന്റെ നേർക്ക് പോലീസുകാർ പാഞ്ഞടുത്തപ്പോൾ, സർവ്വശക്തിയുമുപയോഗിച്ച് തടുത്തുകൊണ്ട് കൊല്ലൻ ദാമു പറഞ്ഞു;

'ദൈവത്തെ ശിക്ഷിക്കാൻ മനുഷ്യരുടെ നിയമത്തിന് എന്തധികാരം?'

പിച്ചും പേയും പറയുന്ന ദാമുവിനെ തള്ളി മാറ്റി പോലീസുകാർ ദൈവത്തിനു മുന്നിൽ സാഷ്ടാംഗം പ്രണമിച്ചു.

●

അധ്യാപകദിനം

മാർക്കറ്റിൽ കുറ്റിയടിച്ചിരിക്കലായിരുന്നു പണ്ട്, അയൽ വീട്ടിലെ കുമാരേട്ടന്റെ പ്രധാനപണി. മുണ്ട് മടക്കിക്കുത്തി, വിരലുകൾക്കിടയിൽ പുകയുന്ന ബീഡിതിരുകി, സർവ്വരോടും വളവളവർത്തമാനം പറയുന്ന കുമാരേട്ടൻ അന്നത്തെ മാർക്കറ്റിന്റെ അടയാളമായിരുന്നു.

പലജാതി മീനുകളിൽ ഏതു വാങ്ങണം എന്ന് ശങ്കിച്ചു നിൽക്കുമ്പോൾ, മൂപ്പര് ചാടിവന്ന് പറയും, 'മത്തി മാങ്ങിക്കോഡാ, മാധവമ്മാഷ് ഒര്കിലോ ഇപ്പം മാങ്ങിപ്പോയിറ്റേ ഉള്ളൂ'.

പലതരം പച്ചക്കറികൾക്കു മുന്നിൽ സംശയിച്ചുനിൽക്കുമ്പോൾ കുമാരേട്ടൻ പെട്ടെന്നുതന്നെ പരിഹാരം പറഞ്ഞു തരും. 'ഗഡാഗഡിയൻ ബണ്ടക്കയാടാ, അല്ലെങ്കില് കണ്ണമ്മാഷ് മാങ്ങ്വോ?'.

പലഹാരക്കടയിലും സംശയനിവാരണത്തിന് കുമാരേട്ടൻ മുന്നിലുണ്ടാവും. 'ബാലമ്മാഷ് ഇപ്പം മാങ്ങിക്കൊണ്ടോയ അരിയുണ്ടയാടാ ഭരണീന്റ്ാത്ത്, അദ്ദെന്നെ മാങ്ങിക്കോ'.

കുമാരേട്ടന്റെ നിർദ്ദേശപ്രകാരം ഓരോന്നും പൊതിഞ്ഞുവാങ്ങി വീട്ടിലെത്തിയാൽ, കെട്ടമത്തിയും, അളിഞ്ഞ വെണ്ടക്കയും, പൂപ്പൽ കേറിയ അരിയുണ്ടയും വാങ്ങിയതിന് അമ്മവക കലമ്പോട്കലമ്പാണ്.

പ്രായാധിക്യം കാരണം കുമാരേട്ടൻ ഇപ്പോൾ പുറത്തിറങ്ങാറില്ല. എങ്കിലും ഈയിടെ വിളിക്കാതെ വീട്ടിലേക്ക് വരികയുണ്ടായി. കുഞ്ഞ് ജനിച്ച വിവരം ആരോ പറഞ്ഞത്കേട്ടാണ് മൂപ്പരുടെ

ഏന്തിവലിഞ്ഞുള്ള വരവ്. മുണ്ട് മടക്കിക്കുത്തി, പുകയുന്ന ബീഡി വിരലുകൾക്കിടയിൽ ഇറുക്കിപ്പിടിച്ച് കുമാരേട്ടൻ പറഞ്ഞു.

'ടൗൺളെ ഏതെങ്കിലും ഇംഗ്ലീഷ് ഉസ്കൂൾള് ഇപ്ലേ സീറ്റ് ഒറപ്പിച്ചോ, അപ്പർത്തെ വീട്ട്ളെ രതീശമ്മാഷ് അയാൾടെ മോനെ അങ്ങൻത്തെ ഉസ്കൂൾളാ ചേർത്തെ'.

●

അഭിനയക്കാരൻ

നന്മയുടെ ആൾരൂപമാണ് കുഞ്ഞാമനെന്ന് ഞാനറിയുന്നത് ആരുടെയോ ഫേസ്ബുക്ക് പോസ്റ്റിൽ നിന്നാണ്. എല്ലാ ജീവജാലങ്ങളേയും അതിരറ്റ് സ്നേഹിക്കുന്ന, പ്രകൃതിയോട് ഇഴുകിച്ചേർന്ന് ജീവിക്കുന്ന, സത്യത്തിലും നീതിയിലും മാത്രം വിശ്വസിക്കുന്ന, കുഞ്ഞാമന് ഭാവുകങ്ങൾ നേർന്ന് ഫോട്ടോയടക്കം പോസ്റ്റുകൾ പിന്നെയും നിരന്നപ്പോൾ, മൂപ്പരുടെ തലക്ക്ചുറ്റും വലയങ്ങൾ പ്രത്യക്ഷപ്പെട്ടതുപോലെ എനിക്കുതോന്നി. അശരണരുടെ ആശ്രയമായി കുഞ്ഞാമൻ അരികത്തുണ്ടാകണേ എന്ന പ്രാർത്ഥനയോടെ വാട്സപ്പ് പതഞ്ഞൊഴുകി. ആക്ടിവിസ്റ്റ് എന്ന നിലയിലുള്ള ലക്ഷ്യബോധവും നിശ്ചയദാർഢ്യവും പ്രകീർത്തിക്കപ്പെടേണ്ടതാണെന്ന് ഒരാൾ. ചാട്ടുളിയായി സമൂഹത്തിന്റെ ചങ്കിൽ ആഞ്ഞുതറക്കുന്ന കുഞ്ഞാമന്റെ കവിതകൾ പുരസ്കരിക്കപ്പെടേണ്ടതാണെന്ന് ഒരാൾ. അടുത്തിടപഴകുമ്പോൾ ആൾ സർവ്വവിജ്ഞാനകോശമാണെന്ന് ബോധ്യപ്പെട്ടുമെന്ന് വേറൊരാൾ. ഒരിക്കലും തുളുമ്പിത്തെറിക്കാത്ത അപൂർവ്വങ്ങളിൽ അപൂർവമായ നിറകുടമാണ് കുഞ്ഞാമനെന്ന് മറ്റൊരാൾ. പോസ്റ്റുകൾ തുരുതുരെ ഇടിച്ചു കയറിയപ്പോൾ, മുറ്റത്തെ മുല്ലയായതുകൊണ്ടാവാം ഇത്രയും നാൾ മണക്കാതിരുന്നത് എന്ന് ഞാൻ പശ്ചാത്തപിച്ചു. ലൈക്കുകളുടേയും കമന്റുകളുടേയും പെരുമഴക്കുടി കണ്ടപ്പോൾ കുഞ്ഞാമനെ നേരിട്ട്പോയി അഭിനന്ദനമറിയിക്കാതെ എനിക്ക് ഇരിപ്പുറക്കില്ലെന്നായി.

'നിങ്ങളായതുകൊണ്ടുമാത്രം ഒരു രഹസ്യം പറയാം'

കൈകൊട്ടുക്കലും, കെട്ടിപ്പിടിക്കലും കഴിഞ്ഞശേഷം കുഞ്ഞാമൻ

രഹസ്യത്തിന്റെ കെട്ടു പൊട്ടിച്ചു.

'ഒന്നാന്തരം അഭിനയക്കാരൻ കൂടിയാണ് ഞാൻ'.

വാപൊളിക്കാൻ തുടങ്ങിയ എന്റടുത്തേക്ക് കുനിഞ്ഞു കൊണ്ട് കുഞ്ഞാമൻ തുടർന്നു.

'പണ്ട് മൂന്നാം ക്ലാസിൽ അണ്ണാറക്കണ്ണനുംതന്നാലായത് എന്ന പാഠം സംഭാഷണമാക്കി വായിപ്പിക്കുമ്പം, മാഷ് അണ്ണാറക്കണ്ണന്റെ പാർട്ട് തന്നത് എനിക്കാ'.

'ഓ അതേയോ, നന്നായി' എന്നുപറഞ്ഞ് ഒരിക്കൽകൂടി കൈകൊടുത്തു പുറത്തിറങ്ങവേ കുഞ്ഞാമൻ, എന്റെ ചെവിയിൽ കയറി പറഞ്ഞു;

'അഭിനയത്തിന്റെ അഗ്നിജ്വാലക്ക് അകമഴിഞ്ഞ ആശംസകൾ, എന്ന് ആദ്യമായി പോസ്റ്റിടാൻ ഭാഗ്യം കിട്ടിയ നിങ്ങൾക്ക് എന്റെ അഭിനന്ദനം'.

●

അശോകസ്തംഭനം

...അവസാനമായി എനിക്ക് ഓർമിക്കാനുള്ളത് ചരിത്രവും പൗരധർമ്മവും എന്തെന്ന് കൃത്യമായി നമ്മെ പഠിപ്പിച്ച ശ്രീ ജനായത്തം ജനാർദ്ദനൻ മാഷെയാണ്. അദ്ദേഹത്തിന്റെ ക്ലാസിലിരിക്കുമ്പോൾ ചരിത്രപുരുഷൻമാർ അതേപടി മുന്നിൽ നിരന്നുനിൽക്കും. കലിംഗ യുദ്ധത്തിനു ശേഷം മാനസാന്തരപ്പെട്ട് ബുദ്ധമതം സ്വീകരിച്ച അശോകചക്രവർത്തി പത്തരമാറ്റ് തിളക്കത്തോടെ ഇപ്പോഴും മനസ്സിലുണ്ട്.

ശാന്തിയും സമാധാനവും പുലരുന്നതിന് അശോകൻ രാജ്യത്തിനകത്തും പുറത്തും ചെയ്ത പ്രവർത്തനങ്ങൾ; അടിമകളോടും അധഃസ്ഥിതരോടും കാട്ടിയ കരുണ; പൂജയോടും പ്രാർത്ഥനയോടും ഉള്ള നിസ്സംഗത;യാഗം, ബലി എന്നിവയോടുള്ള എതിർപ്പ്, ദേശീയതയും ജാതീയതയും അസംബന്ധവും അനാവശ്യവുമാണെന്ന കണ്ടെത്തൽ;അന്യമതക്കാരോടും, അന്യദേശക്കാരോടും പുലർത്തിയ അസാമാന്യ സഹിഷ്ണുത; അഹിംസയിലധിഷ്ഠിതമായ രാജഭരണം...

ചരിത്ര പുരുഷൻമാരെ വ്യാഖ്യാനിച്ചും ചരിത്ര സന്ദർഭങ്ങളിലെ നൻമതിൻമകൾ വേർതിരിച്ചും കുട്ടികളായ നമ്മുടെ മനസ്സിൽ മൂല്യങ്ങൾ നിറച്ചുതന്ന മാതൃകാധ്യാപകൻ ശ്രീ ജനായത്തം ജനാർദ്ദനൻ മാഷെ ഒരിക്കലും മറക്കാൻ കഴിയില്ല. ഇന്ന് നമ്മോടൊപ്പമില്ലാത്ത ആ മഹാനുഭാവന്റെ ഓർമ്മകൾക്കു മുന്നിൽ ആദരാഞ്ജലികൾ അർപിച്ചുകൊണ്ട്, ഈ പൂർവ്വവിദ്യാർത്ഥി സംഗമത്തിൽ പങ്കെടുത്ത എല്ലാ കൂട്ടുകാർക്കും ആശംസകൾ നേർന്നു കൊണ്ട്, അടുത്തതായി സംസാരിക്കാൻ, സഹപാഠിയും, ഇപ്പോൾ രാഷ്ട്രപുനർനിർമ്മാൺ

ചാരിറ്റബ്ൾ സൊസൈറ്റിയുടെ അമരക്കാരനുമായ, പഠനകാലത്ത് ചീരാ, ചീരാ എന്ന് നമ്മൾ വിളിച്ചിരുന്ന ശ്രീധർ. എസ്. നമ്പ്യാരെ സ്നേഹപൂർവ്വം ക്ഷണിക്കുന്നു. നന്ദി.

എല്ലാവർക്കും എന്റെ നമസ്കാരം. ഇവിടെ പരാമർശിക്കപ്പെട്ട ജനാർദ്ദനൻ മാഷിൽ നിന്ന് തന്നെ എന്റെ ഓർമ്മപങ്കിടൽ ആരംഭിക്കാം. അദ്ദേഹത്തെക്കുറിച്ച് ഇവിടെ മാന്യസുഹൃത്ത് നടത്തിയ നിരീക്ഷണങ്ങൾ പരമാബദ്ധമെന്ന് പറയേണ്ടിവന്നതിൽ ഖേദമുണ്ട്. 'ജനായത്തം' എന്ന് പേർത്തും പേർത്തും പറയുന്നതു കൊണ്ടായിരുന്നല്ലോ നമ്മൾ പുള്ളിക്കാരന് ആ പേര് ചാർത്തിക്കൊടുത്തത്. 'വിടുവായത്തം' എന്ന പേരായിരുന്നു അയാൾക്ക് യോജിക്കുക എന്ന് ഇപ്പോൾ തോന്നുക യാണ്.

വികലചരിത്രമായിരുന്നു അദ്ദേഹം നമ്മെ പഠിപ്പിച്ചത്. അശോകചക്രവർത്തി തന്നെ ഉദാഹരണം. സ്വയം മതംമാറുകയും മാറാൻ മറ്റുള്ളവരെ പ്രേരിപ്പിക്കുകയും ചെയ്ത കുലദ്രോഹിയെ 'മഹാൻ' എന്ന് വിളിക്കാൻ പഠിപ്പിച്ചത് ഒന്നാമത്തെ തെറ്റ്. അടിമകളേയും അധഃസ്ഥിതരേയും മുഖ്യധാരയിലേക്ക് കൊണ്ടുവന്നതാണ് മൂപ്പരുടെ മഹത്വമായി കൊണ്ടാടുന്നത്. തറടിക്കറ്റുകാരുടെ കൈയടി നേടാൻ മാത്രമുള്ള ഇത്തരം കൊണ്ടാടലുകൾ, സാമ്പത്തിക ഭദ്രതക്കും, സുസ്ഥിര വികസനത്തിനും സഹായിച്ച ചാതുർവർണ്യ വ്യവസ്ഥയെ തള്ളിപ്പറയുന്ന രാജ്യദ്രോഹികൾക്ക് ഊർജം പകരും എന്ന് മാഷ് ഓർത്തില്ല. മനുഷ്യപുരോഗതിയുടെ പ്രധാന ചാലകശക്തിയായ ബലി, യാഗം, പൂജ തുടങ്ങിയവ നിരോധിച്ചത് സാധാരണക്കാരുടെ നേർക്കുള്ള കുതിരകയറലാണെന്ന്, മാഷ് വിലയിരുത്തിയില്ല. വിദേശരാജാക്കൻമാരെ മണിയടിച്ച് 'ചക്രവർത്തിമാരുടെ ചക്രവർത്തി' എന്ന സർട്ടിഫിക്കറ്റ് സംഘടിപ്പിച്ച് ചുവരിൽ തൂക്കുന്നതല്ല, രാജ്യസ്നേഹമെന്ന് മാഷ് യഥാർത്ഥ മാഷാണെങ്കിൽ നമ്മെ പഠിപ്പിക്കേണ്ടതായിരുന്നില്ലേ? ബുദ്ധന്റെ അനുയായി എന്ന് സ്വയം വിശേഷിപ്പിക്കുന്ന ചക്രവർത്തി, ബുദ്ധനെ പോലെ രാജ്യഭരണം ഉപേക്ഷിക്കാത്തതെന്ത്? അമ്മേടൊപ്പം ഉറങ്ങ്യേം വേണം, അച്ഛന്റൊപ്പം ചന്തക്ക് പോവ്വേം വേണം എന്നമട്ടിലായിരുന്നു കക്ഷി. ഇങ്ങനെ മൊത്തം കൺഫ്യൂഷനായിട്ട് നടക്കുന്ന ഒരാൾ ഭരിച്ച്, ഭരിച്ച് രാജ്യം അന്യാധീനപ്പെട്ടു എന്നു പറയുന്നതാവും ശരി. 'അഹിംസാ പരമോധർമ:' എന്ന രാജശാസനം പ്രജാഭേദം

കൂടാതെ അടിച്ചേൽപിച്ചാൽ നാടുവികസിക്കുമെന്ന് പറയുന്നതേ വിഡ്ഢിത്തം. വാസ്തവത്തിൽ അശോകന്റെ പൂർവാശ്രമത്തെയല്ലേ മാഷ് പ്രകീർത്തിക്കേണ്ടിയിരുന്നത്?.

അതുകൊണ്ട് പാഠങ്ങളും പാഠപുസ്തകങ്ങളും മാത്രമല്ല പാഠകരുടെ ബോധ്യങ്ങളും പഠിതാക്കളുടെ അതിസാധാരണ യുക്തികളും തിരുത്തേണ്ടുന്ന കാലം അതിക്രമിച്ചിരിക്കുന്നു എന്ന് ആമുഖമായി സൂചിപ്പിച്ചുകൊണ്ട് ഇവിടെ നേരത്തേ പരാമർശിക്കപ്പെട്ട മറ്റൊരു വിഷയത്തിലേക്ക് കടക്കട്ടെ...

●

അശുഭലക്ഷണം

...കുറേനാളായി നിനക്കുവേണ്ടി ഒരു സമ്മാനവും ഞാൻ കൊണ്ടു വരാറില്ല. അതിന്റെ പരാതിയും പരിഭവവും നിന്റെ മുഖത്ത് കാണാനുണ്ട്. നിന്നെ സന്തോഷിപ്പിക്കാനുള്ള എന്റെ എല്ലാ ശ്രമങ്ങളും പരാജയപ്പെടുകയാണ്...

ആൺപൂച്ച പെൺപൂച്ചയോട് കിന്നരിച്ചു.

...ഇന്നത്തെ ഈ ശുഭരാത്രിയിൽ ഞാനതിന് പരിഹാരം കണ്ടെത്തും തീർച്ച... സ്വാദിഷ്ഠമായ എലി സദ്യ ഒരുക്കി നിന്റെ ചിരകാല അഭിലാഷം സഫലമാക്കും.

പെൺപൂച്ച ഒന്നും മിണ്ടിയില്ല.

കൈകാലുകൾ മടക്കി, തല നിലത്ത്ചായ്ച്ച്, വാൽമടക്കി ഉടലിനോട് ചേർത്ത്, പാതിമിഴിച്ച കണ്ണുകളോടെ ആൺപൂച്ചയെ നിർവ്വികാരയായി നോക്കിക്കിടക്കുകയായിരുന്നു അവൾ.

...ഈയിടെയായി വടക്കേ തട്ടിൻപുറത്ത് മുഴുമുഴുത്ത എലികൾ കൂട്ടത്തോടെ മേഞ്ഞുനടക്കാൻ തുടങ്ങിയിട്ടുണ്ട്. വേണമെങ്കിൽ എല്ലാറ്റിനേയും ഈ ഒറ്റരാത്രികൊണ്ട് കടിച്ചു തൂക്കിയെടുത്ത് നിന്റെ കാൽക്കീഴിൽ കൊണ്ടുത്തരാൻ എനിക്കു സാധിക്കും. പക്ഷേ അതുവേണ്ട നമുക്ക് ഒരു രാത്രി പുലരാൻ ഒരെലിയെ കിട്ടിയാൽ മതി. ആക്രാന്തം പാടില്ല...

കൊതിയൂറുന്ന നാക്കുകൊണ്ട് ആൺപൂച്ച പറയുമ്പോൾ പെൺപൂച്ച നിശ്ചേഷ്ടയായി എല്ലാം കേട്ടുകൊണ്ടിരിക്കുകയായിരുന്നു.

...തലഭാഗം നീയെടുത്തോ. അതാവുമ്പം സ്വാദ് കൂടും. ജീവകങ്ങൾ

ധാരാളം. അല്ലെങ്കിലും അടുത്തിടെ നീ വല്ലാതെ മെലിഞ്ഞിട്ടുണ്ട്. നീ വയർ നിറയെ കഴിച്ച് നേരിയ വാലെങ്കിലും ബാക്കിയാവുന്നുണ്ടെങ്കിൽ അതുമതിയെനിക്ക്. എന്താ നിന്റെ അഭിപ്രായം?

'ചേട്ടൻ കൊതിതീരും വരെ കഴിച്ച് വല്ലതും അവശേഷിക്കുന്നുണ്ടെങ്കിൽ ആ ഉച്ഛിഷ്ടം തിന്നാനാണെനിക്കിഷ്ടം' എന്ന് കൊഞ്ചിപ്പറഞ്ഞ് തന്റെ ഭക്തിയും വിനയവും തറവാടിത്തവും പാരമ്പര്യവും സ്ത്രീത്വവും പ്രകടമാക്കുമെന്ന് ആൺപൂച്ച പ്രതീക്ഷിച്ചു. അതുണ്ടായില്ലെന്നു മാത്രമല്ല, ഇങ്ങനെയൊരാൾ കുറെ നേരമായി എന്തൊക്കെയോ മ്യാവൂപ്പെടുന്നുണ്ടെന്നു പോലും ശ്രദ്ധിക്കാതെ നിസ്സംഗയായി കിടന്നുറങ്ങുകയാണ്.

അവളുടെ മൗനത്തിൽ ഒളിഞ്ഞു കിടക്കുന്ന പരിഹാസം വെല്ലുവിളിയായി സ്വീകരിച്ചുകൊണ്ട് ആൺപൂച്ച ഒരു യോദ്ധാവിനെപോലെ പടിയിറങ്ങി.

അല്പനേരം കഴിഞ്ഞപ്പോൾ പോയതിനെക്കാൾ വേഗത്തിൽ ആൺപൂച്ച തിരിച്ചു വന്നു.

...ഇന്നിനി ഒന്നും നടക്കില്ല. ലക്ഷണം കെട്ട ഏതോ ഒരു മനുഷ്യൻ ഇന്നും കുറുകെ ചാടി. നിന്റെ ഭാഗ്യക്കേട് എന്നല്ലാതെ എന്തു പറയാൻ!

ആൺപൂച്ച പറയാൻ തുടങ്ങിയപ്പോൾ കണ്ണുപൂട്ടിക്കിടപ്പായിരുന്ന പെൺപൂച്ച എഴുന്നേറ്റ് മൂരിനിവർന്ന്, കോട്ടുവായിട്ട്, മേലും കൈയും കുടഞ്ഞ്, വീണ്ടും കൈകാലുകൾ മടക്കിവെച്ച് തല തറയിൽ ചായ്ച്ച്, ഒട്ടിയവയറിൽ വാൽ ഒതുക്കിപ്പിടിച്ച് കണ്ണ് പൂട്ടികിടക്കുന്നു.

●

ഇവിടെ മഹാലക്ഷ്മി വിളയാടട്ടെ!

അസമയത്ത് നഖം വെട്ടാറില്ല. പൊട്ടിയ ചീർപ്പ് കൊണ്ട് തലമുടി ചീകാറില്ല. കൊഴിഞ്ഞ മുടി ചുരുട്ടി മൂലക്കിടാറില്ല.

വിളക്കിൽ പട്ടുതിരി കത്താൻ കാത്തു നിൽക്കാറില്ല. പാതി കത്തിയ തിരി ഊതിക്കെടുത്താറില്ല.

കാൽ, ഉപ്പൂറ്റിയടക്കം ഉരച്ചുകഴുകാതെ അകത്തു കടക്കാറില്ല. അകത്തും പുറത്തും കാൽ വെച്ചു നിൽക്കാറില്ല. ഉമ്മറപ്പടിയിൽ കുത്തി യിരിക്കാറില്ല. മുന്നിലൂടെ കയറി പിന്നിലൂടെ പോകാൻ ആരെയും അനുവദിക്കാറില്ല. തൃസന്ധ്യക്ക് ദാനം ചെയ്യാറുമില്ല.

വാങ്ങാനും കൊടുക്കാനും ഇടതുകൈ ഉപയോഗിക്കാറില്ല. വാങ്ങിയത് കൊടുക്കാനും കൊടുത്തത് വാങ്ങാനും അമാന്തം കാട്ടാറില്ല.

ചൂല് വെളിയിൽ കാട്ടാറില്ല. രാത്രിയിൽ അടിച്ചു വരാറില്ല. അടിച്ചു വാരിയത് മൂലയിൽ കൂട്ടിവെക്കാറില്ല. ഉറി ആട്ടാറില്ല. മുറത്തിൽ ഇരി ക്കേണ്ട ഗതികേട് ഇന്നേവരെ ഉണ്ടായിട്ടില്ല. ഇരിക്കുമ്പോൾ കാലാ ട്ടാറില്ല. അമ്മിയിൽ കൈയിട്ടുവാരി വായിലിടാറില്ല. കാലിൻമേൽ കാൽകയറ്റി ഭക്ഷണം കഴിക്കാറില്ല. ഒരു വറ്റു പോലും പാത്രത്തിനു വെളിയിൽ വഴുതിത്തെറിക്കാറില്ല. എച്ചിൽ കൈ ഏറെനേരം കൊണ്ടുനടക്കാറില്ല. കഴുകിയാൽ, ഉടുവസ്ത്രത്തിൽ കൈ തുടക്കാറുമില്ല.

എന്നിട്ടും, ചന്തയിൽ നിന്നു വാങ്ങിയ, പച്ചമലയാളത്തിലുള്ള, കളർസ്റ്റിക്കർ, കട്ട്ളപ്പടിയിൽ കാണാതെ, മഹാലക്ഷ്മി വിളയാടാൻ കൂട്ടാക്കുന്നില്ല!

●

ഉറുമ്പും മനുഷ്യനും

ആകാശം മുട്ടെ നിലകളുള്ള കെട്ടിടത്തിലേക്ക് ഉറുമ്പ് ഇഴഞ്ഞു കയറി. ഒപ്പം ഒരു മനുഷ്യനും.

ഒന്നാം നിലയിലെത്തിയപ്പോൾ മനുഷ്യന്റെ കാൽമുട്ട് വേദനിച്ചു ശ്വാസോച്ഛ്വാസം ദ്രുതഗതിയിലായി. നെഞ്ചിടിപ്പ് ഉച്ചത്തിലായി.

പതുക്കെയാണെങ്കിലും ഉറുമ്പ് ഉയരങ്ങൾ താണ്ടുകയായിരുന്നു.

രണ്ടാം നിലയിലെത്തിയപ്പോൾ മനുഷ്യൻ താഴേക്ക് നോക്കിപ്പോയി. തല കറങ്ങി. മേൽ വിറച്ചു. കാൽതെന്നി. ഞെട്ടറ്റ മച്ചിങ്ങ പോലെ താഴെ വീണു.

ആകാശം തൊട്ടു നിൽക്കുന്ന നിലയിലെത്തിയപ്പോൾ ഉറുമ്പ് താഴെ നോക്കി.

...എന്റെ മണ്ണ്!

മറ്റൊന്നുമാലോചിക്കാതെ എടുത്തുചാടി. കാറ്റിൽ ആടിയുലഞ്ഞ്, മരച്ചില്ലകളിൽ തട്ടി താഴെ മണ്ണിൽ വീണു.

പിന്നെ മനുഷ്യന്റെ മൃതശരീരത്തിലൂടെ ഇഴഞ്ഞ് തന്റെ കൂട്ടുകാരോടൊപ്പം വരിചേർന്നു.

●

എന്റെ ജീവിതം

കണ്ണുരുറന്ന്, കാതുകൂർപ്പിച്ച് ടീച്ചറെ പഠിച്ചുകൊണ്ടിരിക്കുകയായിരുന്നു, കുട്ടികൾ.

ചിപ്ലിയെടുക്കുന്നതിനിടയിൽ, ഇടയ്ക്കിടെ, ഒരു കണ്ണടച്ച് മരത്തെ സൂക്ഷ്മതയോടെ വീക്ഷിക്കുന്ന ആശാരിയെ പോലെ ടീച്ചർ കൂടെക്കൂടെ ചോദ്യങ്ങൾ ചോദിച്ച്, പഠിപ്പിന്റെ വക്കും മൂലയും പരിശോധിച്ചു കൊണ്ടിരുന്നു.

'ഗാന്ധിജി എന്താണു പറഞ്ഞത്?'

ഇത്തവണ ടീച്ചറുടെ ചൂണ്ടുവിരലറ്റത്ത് പശതേച്ച് ഒട്ടിച്ചതു പോലെ ഞാൻ. ആർക്കും ഒരു ദ്രോഹവും ചെയ്യാതെ, ഇങ്ങനെയൊരാളുണ്ട് എന്നു പോലും ആരെയും അറിയിക്കാതെ, ഒരുമൂലയിൽ പാതിയുറക്കത്തിലായിരുന്ന ഞാൻ, എന്നും എന്നതുപോലെ എഴുന്നേറ്റ് നിശബ്ദനായി. സാധാരണഗതിയിൽ അടുത്ത യാളിലേക്ക് ചൂണ്ടുവിരൽ നീളുകയോ, സ്വയം കീഴടങ്ങി, ടീച്ചർ തന്നെ ഉത്തരം വെളിപ്പെടുത്തുകയോ ചെയ്യേണ്ടുന്ന സമയം കഴിഞ്ഞിരിക്കുന്നു.

'എന്റെ ജീവിതമാണ്...., ബാക്കി പറയൂ.'

ടീച്ചർ, ഉത്തരത്തിന്റെ ഒരു കഷ്ണം നൽകി സഹായിച്ചു.

എന്നിട്ടും ബാക്കി കഷ്ണം എന്റെ നാക്കിൻ തുമ്പത്ത് വന്നതേയില്ല. ടീച്ചർ എന്റടുത്ത് വന്ന് ചെവിക്കുട തിരിച്ചു പൊട്ടിക്കാൻ നോക്കി.

'എന്റെ ജീവിതമാണ്, എന്റെ.... ബാക്കി പറയെടാ.'

കഴുത്തിന് ചുറ്റിപ്പിടിച്ച് വെളിയിലേക്ക് തള്ളിയിടുമെന്ന ഭയം

വന്നു മൂടിയപ്പോൾ, മനസ്സിന്റെ ഏതോ മൂലയിൽ നിന്ന് അറിയാതെ ബാക്കിഭാഗം പതിഞ്ഞ ഒച്ചയിൽ പുറത്തേക്ക് തെറിച്ചു.

'സന്ദേഹം'

'മുഴുവൻ തെളിച്ച് പറയെടാ.'

'എന്റെ ജീവിതമാണ് എന്റെ സന്ദേഹം'

ടീച്ചർ എന്റെ ചെവിക്കുടയിൽനിന്ന് കൈയെടുത്തു.

●

ഒയപ്പ്

ഗൾഫ് പണി മതിയാക്കി അയാൾ നാട്ടിൽ തുണിക്കട തുടങ്ങാൻ തീരുമാനിച്ചു. ഉദ്ഘാടനം ഓണത്തിനു മുൻപേയാക്കണം.

വാടകക്കെടുത്ത ഒറ്റമുറിപ്പീടിക വർണാഭമാക്കി.

അലമാരകളിൽ ആവുന്നത്ര വൈവിധ്യമൊരുക്കി. മുറിക്കകത്ത് വെള്ളി വെളിച്ചം നിറച്ചു. നഗരത്തിലെ വസ്ത്ര മാളികകളോട് മൽസരിക്കാനല്ല, ചെറിയ മോഹങ്ങളുള്ള നാട്ടുകാരെ തൃപ്തിപ്പെടുത്താൻ...

നാട്ടുകാരെ ആകർഷിക്കാനുള്ള പരസ്യ നോട്ടീസ് അച്ചടിക്കാൻ പ്രസ്സിൽ ചെന്നപ്പോൾ പലമാതിരി മാതൃകകൾ മോണിട്ടറിൽ നിരന്നു.

കടയുടെ വാതിൽക്കൽ നിന്ന് ഇടപാടുകാരെ അനുഗ്രഹിക്കുന്ന വാമനൻ. വസ്ത്രങ്ങളുടെ കൂമ്പാരം നെഞ്ചോടടുക്കിപ്പിടിച്ചു നിൽക്കുന്ന വാമനൻ. വാഴയിലയിൽ വിളമ്പിയ വസ്ത്രസദ്യക്കു മുന്നിൽ കൊതിയോടിരിക്കുന്ന വാമനൻ. പൂക്കളവും, ഊഞ്ഞാലാട്ടവും, വള്ളംകളിയും, കൈകൊട്ടി ക്കളിയും, കഥകളിയും കണ്ട് സായൂജ്യമടയുന്ന വാമനൻ...

തൊണ്ടയിൽ പൊടുന്നനെയുണ്ടായ ഒയപ്പ് കേട്ടിട്ടാവണം പ്രസ്സിലെ എല്ലാവരുടേയും കണ്ണുകൾ അയാളുടെ നേർക്കായി. വായ അടച്ചുപിടിച്ച് ഒയപ്പ് വിഴുങ്ങിയെന്ന് ഉറപ്പായ ശേഷം അയാൾ പറഞ്ഞു.

'ക്ഷമിക്കണം, കുറച്ചു കാലമായി ഗൾഫിലായിരുന്നു.'

●

ഒരു സിനിമാക്കഥ

കമലാടാക്കീസിന്റെ കവാടത്തിൽ കടല വിൽക്കലായിരുന്നു വനജാക്ഷിയുടെ ഭർത്താവ് പപ്പനാവന്റെ പണി. അന്നന്ന് കിട്ടുന്ന വരുമാനം കൊണ്ട് അന്നന്ന് കഴിഞ്ഞുകൂടുന്നു. എങ്കിലും ആഴ്ചക്കാഴ്ചക്ക് സിനിമ കാണുന്നത് മുടക്കാറില്ല.

പുതിയ സിനിമ റിലീസായ ഒരു ദിവസം കടലവില്പന നേരത്തേ മതിയാക്കി വനജാക്ഷിയെ കൂട്ടാൻ വീട്ടിലേക്ക് വന്നതായിരുന്നു പപ്പനാവൻ. സിനിമയുടെ പേര് പറഞ്ഞപ്പോൾ വനജാക്ഷി 'വരുന്നില്ല' എന്ന് ഒറ്റപ്പറച്ചിൽ. ഏതു സിനിമക്കും, വിളിക്കുന്നതിനുമുൻപേ ചാടിപ്പുറപ്പെടാറുള്ള വനജാക്ഷിയുടെ മനംമാറ്റം കണ്ട് പപ്പനാവൻ അമ്പരന്നു. 'എന്തെങ്കിലും വയ്യായ്കയുണ്ടോ വനജാക്ഷീ ?' എന്ന് പരിഭ്രമത്തോടെ ചോദിച്ചപ്പോൾ 'ഉണ്ട്' എന്നായിരുന്നു മറുപടി. 'അതിലെ പഞ്ചാരനായകൻ സിനിമക്ക് പുറത്ത് ആരാ? തനിതോന്ന്യാസി. അങ്ങനത്തെയാൾടെ കോപ്രായങ്ങള് കാണാൻ ഈ വനജാക്ഷിക്ക് വയ്യായ്കയ്ണ്ട്.'

അറുത്തുമുറിച്ചിട്ട വർത്തമാനം കേട്ടപ്പോൾ പപ്പനാവന് ദേഷ്യം ഇരച്ചു കയറിയെങ്കിലും അത് പുറത്തുകാട്ടാതെ പറഞ്ഞു. 'ഒരാള് പാപം ചെയ്യുന്ന് കര്തി നിർമ്മാതാക്കള് മുതല് പോസ്റ്ററൊട്ടിക്ക്ന്ന യാള് വരെ അയ്ന്റെ ഭാരം പേറണോ വനജാക്ഷീ ?'

'ഒര് സമരമാവുമ്പം അതുമായി ബന്ധമില്ലാത്തോർക്കും കഷ്ടനഷ്ട ങ്ങളുണ്ടാകും.' വനജാക്ഷി പറഞ്ഞു.

വലിയവലിയ വർത്തമാനങ്ങളാണല്ലോ വനജാക്ഷിയുടെ വായിൽ

നിന്ന് വരുന്നത്, ഇവൾ വെറും കടല വില്പനക്കാരനായ തന്റെ ഭാര്യ തന്നെയല്ലേ എന്ന് ഒരു നിമിഷം പപ്പനാവന് സംശയമുണ്ടായി.

'സിനിമക്കാര് പണ്ട് കൊറേദൈവസം എല്ലാം പൂട്ടിക്കെട്ടി സമരം നടത്ത്യപ്പം കടല വില്ക്ക്ന്ന ന്ങ്ങക്ക് പണിയില്ലാണ്ടായതും നമ്മ പട്ട്ണിയിലായതും മറന്നുപോയോ പപ്പനാവേട്ടാ? സമരം നല്ല കാര്യത്തിനാന്ന് കര്തി നമ്മള് സഹിച്ചപോലെ, നിർമാതാക്കള് മൊതല് പോസ്റ്ററൊട്ടിക്ക്ന്നവര് വെരെ സഹിക്ക്വ. അത്രെന്നെ!'

പപ്പനാവന് പിന്നെ ഒന്നും മിണ്ടാൻ തോന്നിയില്ല.

●

ഓട്ടുരുളി

മക്കളും മരുമക്കളുമറിയാതെ, ഓട്ടുരുളി, പലിശദാമുവിന് പണയം വെച്ച ശേഷം, കാർന്നോർ തീർത്ഥാടനത്തിനു പോയി. തിരിച്ചുവരുമ്പോഴേക്കും, പ്രതീക്ഷിച്ചതുപോലെ 'ഓട്ടുരുളിക്കള്ളമ്മാറ്'' എന്നാക്ഷേപിച്ച്, മക്കൾ മരുമക്കളെ മലർത്തിയടിക്കുന്നു. 'ഞങ്ങളത് കണ്ടിട്ടുപോലുമില്ല' എന്ന് മച്ചുനൻമാർ കരഞ്ഞുപറഞ്ഞപ്പോൾ കാര്യക്കാരൻ ശങ്കുനായർക്ക് സ്ഥാനക്കയറ്റം നൽകി ദൃക്സാക്ഷിയാക്കി. കരയാളൻ വാസുമൂപ്പർക്ക് കൈമടക്കുനൽകി വിളംബരം ചെയ്യിച്ചു. ഒപ്പം നാട്ടുക്കൂട്ടത്തിന് കല്ലെറിയാൻ പാകത്തിൽ മച്ചുനൻമാരെ പെരുഴിയിലേക്ക് ഉന്തി യിടുകയും ചെയ്തു.

'നിക്കൊന്നും പറയാനില്ലേയ്'' എന്നു പറഞ്ഞ് കാരണവർ പൂജാ മുറിയിൽപോയി കണ്ണുപൂട്ടി. കാലം കഴിഞ്ഞാണ്, ഓട്ടുരുളി പണയം വെച്ച വകയിൽ പലിശയും പലിശക്കുപലിശയുമായി കൊട്ടക്കണക്കിന് പണമൊടുക്കാനുണ്ടെന്ന് കാട്ടി പലിശദാ മുവിന്റെ വാറോല മക്കൾക്ക് കിട്ടുന്നത്. മച്ചുനൻമാർക്ക് കിട്ടിക്കൊണ്ടിരിക്കുന്ന കല്ലേറ് അവസാനിച്ചിട്ടില്ലാത്തതിനാൽ മക്കൾ വാറോല പൂഴ്ത്തിവെച്ചു. അവസാനം കവലയിലെ മരപ്പലകയിൽ പതിച്ച, ഓട്ടുരുളി ലേലത്തിന് വെച്ചിട്ടുണ്ടെന്ന, പരസ്യത്തിലെ വരികൾക്കിടയിൽനിന്നാണ്, മരുമക്കളെ കരുതിക്കൂട്ടി കുടുക്കിയതാണെന്ന യാഥാർത്ഥ്യം നാട്ടുക്കൂട്ടം വായിച്ചെടുക്കുന്നത്.

അങ്കലാപ്പിലായ മക്കളും, കാര്യക്കാരനും, കരയാളനും പൂജാമുറിക്കുമുന്നിൽ ചെന്ന് മുട്ടിവിളിച്ചു. കുറ്റിയിട്ട വാതിലിനപ്പുറത്ത് കാർന്നോരുടെ ഒച്ച. 'നിക്കൊന്നും പറയാനില്ല്യാന്ന് അന്നേ ഉണർത്ത്യതാണല്ലോ. ഇപ്പോഴും അദ്ദെന്നെള്ളൂ, നിക്കൊന്നും പറയാനില്ല്യാ.'

●

ഓർമ്മയും മറവിയും

–നമസ്കാരം

-നമസ്കാരം

-ഞാൻ അഭിലാഷ് നായർ. ശ്രീനാരായണഗുരു സ്മാരക വായനശാലയുടെ സെക്രട്ടറി. ഞങ്ങളുടെ വായനശാല പൊതുജനങ്ങളുടെ നന്മക്ക് വേണ്ടി വൈവിധ്യമാർന്ന സംരംഭങ്ങൾ ആവിഷ്കരിച്ചിട്ടുണ്ട്. ഓർമ്മശക്തി വർദ്ധിപ്പിക്കാനുള്ള നൂതന പരിശീലന പരിപാടി തൊട്ടടുത്ത ദിവസം തന്നെ ഉദ്ഘാടനം ചെയ്യപ്പെടുകയാണ്.

-സന്തോഷം

-ഓർമ്മശക്തി കുറഞ്ഞ് കൊണ്ടിരിക്കുന്ന സമൂഹം, രാജ്യത്തിനു ബാധിച്ച അർബുദമാണ്.

-ശരിയാണ്, ശരിയാണ്

അതുകൊണ്ട് ഓർമ്മകൾക്ക് മങ്ങലേറ്റ് കൊണ്ടിരിക്കുന്ന ഓരോ മനുഷ്യനേയുംപിടികൂടി ഈ പരിശീലന പരിപാടിയിലേക്ക് കൊണ്ടു വരാനാണ് ഞങ്ങൾ ശ്രമിക്കുന്നത്.

-ക്ഷമിക്കണം. ഈ പറയുന്ന തരത്തിലുള്ള ഓർമ്മക്കുറവൊന്നും എന്നെയിതുവരെ ബാധിച്ചിട്ടില്ല.

-അങ്ങിനെ തന്നെയാണ് എല്ലാവരും പറയുക. സ്വന്തം ദൗർബല്യങ്ങൾ മറ്റുള്ളവരറിയരുതെന്ന് എല്ലാവരും ആഗ്രഹിക്കുന്നു.

-അതുകൊണ്ടല്ല. ഇല്ലാത്തരോഗം ഉണ്ടെന്നു പറയുന്നതെങ്ങിനെ?

-ഒന്നു ചോദിച്ചോട്ടെ, നിങ്ങൾക്ക് എത്ര പൂക്കളുടെ പേരറിയാം.

-നൂറായിരം

-എങ്കിൽ പറയൂ.

-ചെക്കി, ചെമ്പകം, ചെമ്പരത്തി

-ബാക്കി?

-കാക്കപ്പൂ, നെല്ലിപ്പൂ

-പിന്നെ...?

-നന്ത്യാർവട്ടം

- കഴിഞ്ഞോ...?

-ഇല്ല...നമ്മുടെ പനിനീർ പൂവ്

-നൂറായിരം പോയിട്ട് പത്തുപോലുമായില്ല...

-ഓർമ്മിച്ചു നോക്കട്ടെ...പൂ വരുന്ന പഴയ ചലച്ചിത്ര ഗാനങ്ങളുണ്ട ല്ലോ...എന്താത്.... ?

-നിൽപ്പൂ, ഓർപ്പൂ, കാത്തിരിപ്പൂ, നിറഞ്ഞിരിപ്പൂ....

-ശെ, അതല്ല. ശംഖ് പുഷ്പം, പാരിജാതം, സൂര്യകാന്തി...ഇല്ല. ബാക്കി കിട്ടുന്നില്ല.

-അതായത് അറിയാവുന്ന നൂറായിരം പേരുകകളിൽ വിരലി ലെണ്ണാവുന്നവ ഓർത്തെടുക്കാൻ പോലും ഒരുപാട് പ്രയാസപ്പെടുന്നു അല്ലേ.

-ശരിയാണ്.

-പോട്ടെ, നിങ്ങൾ ഇന്നുകാലത്ത് എന്താണു കഴിച്ചത്. ?

-നൂലപ്പം

-ഇന്നലെ കാലത്ത്?

-ഇന്നലെ, ങ്ഹാ പുട്ട്. അതെ പുട്ട് തന്നെ

- മിനിഞ്ഞാന്ന്...?

-മിനിഞ്ഞാന്ന്, മിനിഞ്ഞാന്ന് ...

-ഓർമ്മ വരുന്നില്ല അല്ലേ. അതുവിട്, മിനിഞ്ഞാന്ന് ഏത് നിറ ത്തിലുള്ള വസ്ത്രമാണ് ധരിച്ചത്. . ?

-ഇപ്പോഴിട്ടത് കൂടാതെ രണ്ടുജോടി വസ്ത്രങ്ങളേ ഉള്ളൂ.

അതിലേതാണ് മിനിഞ്ഞാണ് ധരിച്ചത്...ഇല്ല ഓർക്കുന്നില്ല.

-അതും സാരമില്ല. ഇന്നത്തെ പത്രം വായിച്ചിരുന്നോ?

-പിന്നില്ലാതെ വള്ളിപുള്ളി വിസർഗം വിടാതെ അരിച്ച് പൊറുക്കിയിട്ടാണ് ഞാൻ വരുന്നത്.

-എങ്കിൽ പ്രധാന തലവാചകം എന്താണെന്ന് പറയൂ.

-പ്രധാന തലവാചകം...ഓർത്തെടുക്കട്ടെ.

-ഇല്ല ഓർത്തെടുക്കാൻ വല്ലാതെ പ്രയാസപ്പെടും.

-കാരണം നിങ്ങൾക്ക് മറവി രോഗത്തിന്റെ ആരംഭമാണ് തന്മാത്രയിലെ മോഹൻലാലിന് ഇതേ രോഗമായിരുന്നു.

-ഞാൻ രോഗിയോ...?

-അതെ

-ഇനി ഞാൻ എന്തു ചെയ്യണം.... ?

-ഞങ്ങൾ ചുരുങ്ങിയ ചെലവിൽ നടത്തുന്ന പരിശീലന പരിപാടിയിൽ എത്രയും വേഗം ചേരുക. അത്ര തന്നെ! വൈകിയാൽ അവസരം നഷ്ടപ്പെട്ടേക്കാം. നാളെ കാലത്ത് വായനശാലയിൽ വന്ന് അപേക്ഷ പൂരിപ്പിച്ച് തരിക. സമയക്രമം, ചിട്ടകൾ, ചിലവു വിവരങ്ങൾ, വാങ്ങേണ്ടുന്ന ഉപകരണങ്ങൾ എന്നിവയെപ്പറ്റി വിശദമായി പറഞ്ഞുതരാം. ഞാനവിടെ തന്നെയുണ്ടാകും.

-നിങ്ങളുടെ പേര്...?

-പറഞ്ഞില്ലേ അഭിലാഷ് നായർ

-അഭിലാഷ്.... ?

നായർ

-ഏതു വായനശാലയാണെന്നാണ് പറഞ്ഞത്...?

-അതും പറഞ്ഞതാണല്ലോ. നാളെയാകുമ്പോഴേക്കും മറന്നുപോകരുത്. മനസ്സിൽ കുറിച്ചിടുക. ശ്രീനാരായണഗുരു സ്മാരക വായനശാല

-ശ്രീനാരായണഗുരു സ്മാരക വായനശാല, ശ്രീനാരായണഗുരു സ്മാരക വായനശാല

●

കതകില്ലാത്ത ജനൽ

അപൂർവ്വമായി ലഭിച്ച ജീവൻ തുടിക്കുന്ന ഒരു പച്ചത്തെങ്ങോലയുമായി അയൽവീട്ടുകളിലെ കുട്ടികൾ ജാഥയായി വന്നു പറഞ്ഞു. 'കളിക്കോപ്പുകൾ ഉണ്ടാക്കിത്തരണം' ഒരുവന് വേണ്ടത് ഓലപ്പീപ്പി...അത് കിട്ടിയപ്പോൾ ഏതോ പ്രാകൃത ഈണമുണ്ടാക്കി അവൻ വട്ടമിട്ടു നടന്നു......

മറ്റൊരാൾക്ക് കിട്ടിയത് ഓലത്തൊപ്പി.

അവൻ അത് തലയിൽ വെച്ച് രാജാവിനെപ്പോലെ നെഞ്ചു വിരിച്ചു നടന്നു.

ഓലത്തിരിപ്പ് കിട്ടിയ ഒരുവൻ ലോകം മുഴുവൻ തന്റെ വിരൽത്തുമ്പിലിരുന്ന് തിരിയുകയാണെന്ന മട്ടിൽ ഞെളിഞ്ഞു.

ഓലത്തുമ്പിയുമായി മറ്റൊരുവൻ തൊടിയിലാകെ ചുറ്റി നടന്നു.

കൈവളയും കാതിലയും കിട്ടിയവർ, അവയണിഞ്ഞ് കല്യാണപ്പെണ്ണുങ്ങളായി.

വട്ടക്കണ്ണട ചെവിയിലിറുക്കി ഒരുവൻ പ്രപഞ്ചമാകെ ചാഞ്ഞും ചെരിഞ്ഞും നോക്കി.

ഭൂമിയെ അമ്മാനമാട്ടുമ്പോലെ ചിലർ ഓലപ്പന്ത് തട്ടിക്കളിക്കാൻ തുടങ്ങി.

ദൂരെനില്പായിരുന്ന കറുത്തു മെലിഞ്ഞ പെൺകുട്ടിയെ അടുത്തു വിളിച്ചു ചോദിച്ചു .

'നിനക്ക് കളിപ്പാട്ടമൊന്നും വേണ്ടേ?'

ചേതനയറ്റു കിടന്നിരുന്ന തെങ്ങോലയിലേക്ക് അവൾ അല്പനേരം കണ്ണു കൂർപ്പിച്ചു. പിന്നെ ഒന്നും മിണ്ടാതെ എവിടേക്കോ നടന്നു നീങ്ങി.

ചണച്ചാക്കും പനയോലയും കൊണ്ടുണ്ടാക്കിയ ചുവരിലെ കതകില്ലാത്ത ജനലിലൂടെ ആഞ്ഞു കൊത്തുന്ന തണുപ്പിൽ, രാത്രി ഉറങ്ങാൻ കിടക്കുമ്പോൾ കളിക്കോപ്പുകളെ വെറുക്കാൻ തുടങ്ങുകയായിരുന്നു അവൾ.

●

കറുത്ത വരകൾ

കൂർപ്പിച്ച പെൻസിലും, റബ്ബറും, ഡ്രോയിംഗ് ബുക്കും സമ്മാനിച്ച ശേഷം ഞാൻ കുട്ടിയോട് പറഞ്ഞു.

'അങ്കിളിന് ഒരു ചിത്രം വരച്ചുതാ...'

'ആര്ടെ ചിത്രാ വേണ്ടേ?'

നാണക്കുഴിച്ചിരിയോടെ കുട്ടി ചോദിച്ചു.

'ദൈവത്തിന്റെ...'

'അയ്യേ, ഈ അങ്കിൾ എന്തൊരു ബുദ്ദൂസ്സാ. ദൈവത്തിന്റെ ചിത്രം വരക്കാൻ ഇതെന്താ കളർ പെൻസിലാ?'

കുട്ടിയുടെ മുഖത്ത് പുച്ഛഭാവം.

'എന്നാ പോട്ടെ, ഒര് രാജാവിന്റെ ചിത്രം വരച്ചാമതി.'

അതു കേട്ടപ്പോൾ കുട്ടി പൊട്ടിച്ചിരിച്ചു.

ഒപ്പം 'രാജാവിനെ കണ്ടിട്ടില്ലാത്ത ഈ അങ്കിൾ ഏതു ലോകത്താ' എന്ന കളിയാക്കലും ഉണ്ടായി.

ചിരി അമർന്നു കഴിഞ്ഞപ്പോൾ ഞാൻ പറഞ്ഞു.

'മോന്റെ വീട്, വീട്ടിൽ അച്ഛൻ, അമ്മ...., അവര്ടെ നടുക്ക് ചിരിച്ചോണ്ട് നിൽക്കുന്ന മോൻ..., അങ്ങനത്തെ ഒരു ചിത്രം വരച്ചു തര്വോ?'

പൊടുന്നനെ കുട്ടിയുടെ മുഖത്ത് ക്രുദ്ധഭാവം. പെൻസിലിന്റെ കറുത്തു കൂർത്ത മുന കൊണ്ട് എന്നെ കുത്താനായി ഓങ്ങിയപ്പോൾ തടുത്തു കൊണ്ടു ഞാൻ പറഞ്ഞു,

‘വേണ്ട, വേണ്ട, മോൻ ആര്ടെയെങ്കിലും ചിത്രം വരച്ച തന്നാ മതി.’

പിന്നെ കണ്ണുകൾ ഇടത്തോട്ടും വലത്തോട്ടും ചലിപ്പിച്ചശേഷം, കിട്ടിപ്പോയി എന്ന മട്ടിൽ ഡ്രോയിംഗ് ബുക്കിൽ കറുത്ത വരകൾ ഇടാൻ തുടങ്ങി.

ചിത്രം ഏതാണ്ടൊരു രൂപം പ്രാപിച്ചപ്പോൾ പെട്ടെന്ന് എന്തോ ഓർത്തിട്ടെന്ന പോലെ റബ്ബറെടുത്ത് എല്ലാം ഉരച്ച മായ്ച്ചകളഞ്ഞു. പിന്നെ ‘അടിയാൻ ചാത്തുന്റെ ചെക്കൻ അട്ടക്കരി അനന്തുന്റെ ചിത്രം എന്റെ ഡ്രോയിംഗ് ബുക്കിലോ’ എന്ന് കുഞ്ഞു ശബ്ദത്തിൽ പിറുപിറുക്കുകയും, ഒപ്പം, ബുക്കിൽ രൂപപ്പെട്ട കറുത്ത പൊടികൾ കുഞ്ഞു ചുണ്ടുകൾ കൊണ്ട് ഊതി പറപ്പിക്കുകയും ചെയ്തു.

●

കള്ളനും പോലീസും

പാത്തും പതുങ്ങിയും പോലീസുകാർ ഇരുട്ടിന്റെ കോട്ടയിലേക്ക് പ്രവേശിച്ചു. എന്തു തന്നെ സംഭവിച്ചാലും ദൗത്യം നിർവ്വഹിക്കണം.

കാതടിപ്പിക്കുന്ന നിശബ്ദത!

ആര്?

അകത്തു നിന്നും ഭയം കലർന്ന ചോദ്യം

മറുപടിയില്ല.

ഒരുത്തനെയും വിടരുത്!

അകത്തു നിന്നും വീണ്ടും ഒച്ചയനക്കം

പൊടുന്നനെ ഇരുട്ടിനെ കൊത്തിക്കീറിക്കൊണ്ട് കള്ളന്മാരുടെ വാഹനങ്ങൾ കുതിച്ചെത്തി. ഓരോ പോലീസുകാരന്റെയും കുപ്പായത്തിന് കുത്തിപ്പിടിച്ച് അടിവയറ്റിൽ ആഞ്ഞു ചവിട്ടി. തൊപ്പികൾ കുപ്പത്തൊട്ടിയിൽ വലിച്ചെറിഞ്ഞു. കൈകൾ പിറകിൽ കൂട്ടിക്കെട്ടി വാഹനത്തിലെടുത്തിട്ടു. മുരൾച്ചയോടെ വാഹനങ്ങൾ ചീറിയകന്നു.

ആശ്വാസമായി!

ഇരുട്ടിന്റെ കോട്ടക്കകത്ത് നെടുവീർപ്പുകൾ.

●

ചരിത്രവും പൗരധർമവും

അടിത്തട്ടിൽ നിന്നും ആകാശം കാണാനെത്തിയ കൊച്ചു പയത്തി മൽസ്യം ചിറകടിച്ചും വാലിളക്കിയും കറങ്ങി കളിക്കുകയായിരുന്നു. പൊടുന്നനെ കണ്ണുകൾക്ക് മുന്നിൽ വളഞ്ഞു നിൽക്കുന്ന ചൂണ്ട. ചൂണ്ടയുടെ കൂർത്ത മുനയിൽ ജീവൻ കുടഞ്ഞു തീർക്കുന്ന മണ്ണിര.

പലവട്ടം വിഴുങ്ങാനോങ്ങിയതാണ്. കെണിയാണെന്ന തിരിച്ചറിവിൽ പിന്തിരിഞ്ഞ് നീന്തും. വിശപ്പടക്കാൻ പറ്റാത്ത സങ്കടത്തിനു മീതെ ജീവൻ തിരിച്ചുകിട്ടിയ സന്തോഷം പരന്നൊഴുകി. എന്നാലും ഒരു ചുറ്റിത്തിരിയലിൽ, ഒരു മുങ്ങാം കുഴിയിടലിൽ സർവം മറക്കുന്നു.

പിടയുന്ന മണ്ണിര പ്രലോഭനം തന്നെ.

ചൂണ്ട ബന്ധിച്ച നേർത്ത ചരട് അദൃശ്യമെങ്കിലും ദൃഢമാണ്. ചരടിന്റെ മറ്റേ അറ്റത്ത് കരയിൽ വെറി പൂണ്ട് ഒരു ചൂണ്ടക്കാര നിരിപ്പുണ്ട്. ദുർബല ചിത്തരും വിവേക ശൂന്യരുമായ പല മീനുകൾക്കും അബദ്ധം പിണയുന്നുണ്ട്. തൊണ്ടയിൽ മുറിവേറ്റ് ചെകിളപ്പൂക്കളിൽ തുളച്ചുകയറ്റിയ ഈർക്കിലിൽ അവ ശ്വാസം വറ്റി മരിക്കുന്നുണ്ടാകും.

ലോകത്തെങ്ങുമുള്ള ചൂണ്ടക്കാർക്ക് ഒരു മുഖം മാത്രമേയുള്ളൂ. വെറിയും ക്രൗര്യവും ഒളിപ്പിച്ചുവെച്ച ദൈന്യത്തിന്റെ മുഖം.

ഇര കോർത്ത ചൂണ്ടയും വെറി മൂത്ത ചൂണ്ടക്കാരനും ജലജീവികളുടെ നാട്ടറിവാണ്. പരമ്പരാഗതമായ തിരിച്ചറിവാണ്. പക്ഷേ എല്ലാ അറിവുകളേയും പ്രലോഭനങ്ങൾ മരവിപ്പിക്കും.

നിമിഷ നേരത്തേക്കുള്ള ഓർമത്തെറ്റ്. ജീവൻ കൊളുത്തി

വലിക്കാനത്രയും മതി.

കറിക്കത്തി കൊണ്ട് അരിഞ്ഞ്, ഉപ്പും മുളകും ചേർത്ത് ഒരുവന്റെയും തീൻമേശയിൽ എത്തിയില്ലല്ലോയെന്ന സന്തോഷത്തിൽ പയത്തി മലർന്നു തുള്ളി.

വീണ്ടും ചെന്നു വീണത് പിടഞ്ഞു മരിക്കുന്ന മണ്ണിരയ്ക്ക് മുന്നിൽ. കൂർത്ത കൊളുത്തിൽ മരണ വെപ്രാളത്തിൽ പിടയുന്ന മണ്ണിരയുടെ നിശബ്ദ രോദനം കേൾക്കാനാകുന്നുണ്ട്. പിടച്ചിലിൽ തെറിച്ച് വീഴുന്ന ജീവിതാസക്തി കാണാനാകുന്നുണ്ട്.

പാവം !

പയത്തി പറഞ്ഞുപോയി.

അന്ധമായ തന്റെ ലോകത്ത് അനുകമ്പയാർന്ന സ്വരം. മണ്ണിര ഞെളിപിരി കൊണ്ടു. എന്നെ വിഴുങ്ങൂ. എന്നെ വിഴുങ്ങൂ. എന്ന് ആംഗ്യം കാട്ടി.

'ഇഞ്ചിഞ്ചായി മരിക്കുന്നതിനേക്കാൾ ഭേദം ഒറ്റ വിഴുങ്ങലിൽ പെട്ടെന്നവസാനിക്കുന്നതാണ്.' മണ്ണിര നിശബ്ദമായി പറഞ്ഞു.

മണ്ണിരയുടെ ദീനഭാവം കണ്ട് പയത്തിയുടെ മനസ്സലിഞ്ഞു. അനുകമ്പയാർന്ന പയത്തിയുടെ മൃദുലമാർന്ന ചുണ്ടുകൾ മണ്ണിരയുടെ നനുത്ത ദേഹത്ത് ഉമ്മ വെച്ചു.

വേഗം വേഗം.

മണ്ണിര ധൃതി കൂട്ടി.

പയത്തിക്ക് മുൻ, പിൻ ചിന്തകൾ നഷ്ടമായി. ഒടുവിൽ കണ്ണടച്ച് സധൈര്യം വിഴുങ്ങി.

●

ചിഞ്ചു ടീച്ചറുടെ ഡയറി

11 മെയ് 2036 ഞായർ:

വഴഞ്ചിറത്താവയിൽ അടുത്ത കാലത്ത് ഉദ്ഘാടനം ചെയ്യപ്പെട്ട ഷോപ്പിംഗ് മാളിൽ രാവിലെ പോയി. അത്യാവശ്യമുള്ള സാധനങ്ങൾ വാങ്ങണം. നാളെ വെക്കേഷൻ കോഴ്സ് തുടങ്ങുകയാണ്. ഇത്തവണ രസതന്ത്രം അങ്ങ് തിരുവനന്തപുരത്താണ്. പത്തു പതിനഞ്ച് കൊല്ലങ്ങൾക്ക് മുൻപ് ഓരോ ജില്ലയിലും രണ്ടും മൂന്നും കേന്ദ്രങ്ങളിൽ കോഴ്സ് നടക്കാറുണ്ടായിരുന്നത്രെ! അന്നൊക്കെ സ്കൂളുകളിൽ പുരുഷൻമാരായ ടീച്ചേഴ്സും ഉണ്ടായിരുന്നു. സ്കൂളുകൾ പൂട്ടിപ്പോയതു കാരണം ടീച്ചേഴ്സിന്റെ എണ്ണം കുറഞ്ഞു. ഇപ്പോൾ സംസ്ഥാനത്ത് ഒറ്റ കേന്ദ്രത്തിലാണ് കോഴ്സ്. നാളെ കാലത്ത് ഒമ്പത് മണിക്ക് മൂർഖൻ പറമ്പിൽ നിന്ന് പുറപ്പെട്ടാൽ പത്ത് മണിക്ക് മുൻപായി തിരുവനന്തപുരത്ത് എത്താം.

ഷോപ്പിംഗ് മാളിന്റെ ഗ്രൗണ്ട് ഫ്ളോറിൽ പ്രവേശിച്ചപ്പോൾ തന്നെ ഇത്പഴഞ്ചിറത്താവ തന്നെയോ എന്ന് സംശയമുണ്ടായി. കെട്ടിടം ഉയരുന്ന വേളയിൽ പ്രകൃതി സ്നേഹികൾ എന്ന് വിളിപ്പേരുള്ള ഏതാനും കിഴവൻമാർ ഇവിടെ ഉണ്ണാവ്രതം നടത്തി ചത്തുപോയിട്ടുണ്ടത്രെ! അരികത്തുണ്ടായിരുന്ന കുറുക്കനാലിന്റെ ഒരു കമ്പു പോലും വെട്ടാൻ വിടില്ലെന്നായിരുന്നു അവറ്റകളുടെ വാശി. മരം എന്നു പറഞ്ഞാൽ എന്താണെന്ന് ഇനിയ ത്തെ തലമുറക്ക് കാട്ടിക്കൊടുക്കാൻ വേറൊന്നും ബാക്കിയില്ല എന്നായിരുന്നു വാദം. അഞ്ചാറു ദിവസം ആൽമരം കെട്ടിപ്പിടിച്ച് കിടന്നു. ആറാം ദിവസം എല്ലാവരും ചത്തു. ആൽമരം കിളച്ചു കോരിയ കുഴിയിൽ തന്നെ

അവറ്റകളെ നാട്ടുകാർ മണ്ണിട്ടു മൂടി. അല്ലപിന്നെ!...

പട്ടുവസ്ത്രങ്ങളുടെ കമനീയ ശേഖരമായിരുന്ന ഗ്രൗണ്ട് ഫ്ളോറിൽ. പത്തൊമ്പതര ലക്ഷം രൂപയുടെ സാരി വാങ്ങി. ഇതു കൊണ്ട് തൃപ്തിപ്പെട്ടേ പറ്റൂ. കഴിഞ്ഞ മാസത്തെ ശമ്പളം ടാക്സ് പിടുത്തവും കഴിഞ്ഞ് അക്കൗണ്ടിലെത്തിയപ്പോൾ വെറും അമ്പത്താറര ലക്ഷം. ഒരു ലക്ഷത്തിന്റെ ഒറ്റ നോട്ട് പൊട്ടിച്ചാൽ, പൊള്ളുന്നദോശക്കല്ലിൽ വെള്ളത്തുള്ളികൾ തെറിച്ച പോലെ ഒറ്റയടിക്ക് ശ്ശൂ ആകും. അരക്കപ്പ് ചായക്ക് കൊടുക്കണം ആയിരത്തഞ്ഞൂറ് ഉലുവ. കടയിൽ നിന്ന് ചായ വാങ്ങുന്നത് നിർത്തി. യാത്ര ചെയ്യുമ്പോൾ ലേശം വെള്ളവും ചായപ്പൊടിയും പഞ്ചസാരയും കൂടെ കരുതിയാൽ മതി. വെള്ളം അല്പനേരം സൂര്യന നേരെ പിടിച്ചാൽ തന്നെ തിളക്കും. അത്രക്കെളു പ്പമാണ് ചായയുണ്ടാക്കാൻ. പിന്നെന്തിന് പണം കളയണം!

ലിഫ്റ്റിൽ കയറി കൃത്രിമ ആഭരണങ്ങളുടെ കലവറയിലേക്ക് കുതിച്ചു. സാരിക്ക് മാച്ച് ചെയ്യുന്ന വള, മാല, കമ്മൽ, എന്നിവ വാങ്ങി. യാത്രയിൽ സ്വർണം ധരിക്കരുത്. വിമാനത്തിലായാലും കള്ളൻമാർ ക്ക് കുറവില്ലാത്ത കാലമാണ്. കോട്ടും സ്യൂട്ടും ധരിച്ച കള്ളൻമാരെ തിരിച്ചറിയാൻ പ്രയാസമാണ്. ഒരു പവൻ കട്ടു പോയാൽ കോടി ഒന്ന് പോയിക്കിട്ടും. ഏഴാമത്തെയോ എട്ടാമത്തെയോ നിലയിൽ ഊളി യിട്ടപ്പോഴാണ് സാരിക്ക് മാച്ച് ചെയ്യുന്ന ലതർ ബാഗ് കണ്ടെടുക്കാ നായത്. വീണ്ടും ലിഫ്റ്റിൽ കയറി ഏതോ നിലയിലെത്തിയപ്പോൾ പുതുതായി വിപണിയിലെത്തിയ ഓക്സിജൻ പായ്ക്കറ്റുകൾ കണ്ണിൽ പെട്ടു. ബോട്ടിലുകളിൽ ഓക്സിജൻ റീഫിൽ ചെയ്ത് ഹാന്റ് ബാഗിൽ തിരുകി പൈപ്പിലൂടെ മൂക്കിലേക്ക് ഒഴുക്കിവിടുന്ന സമ്പ്രദായത്തിന് വിട. ഇനി ബോട്ടിലുകൾ വേണ്ടത്രെ! പകരം മൃദുവായ പാക്കറ്റുകൾ പിറകിൽ ഒരു ബെൽട്ടു കൊണ്ട് കെട്ടിഞ്ഞേറ്റാം. ചെവിക്കുടകൾക്കി ടയിൽ ഇറുക്കിവെച്ച കുഴലിലൂടെ ഓക്സിജൻ നാസാദ്വാരങ്ങളിൽ എത്തിക്കോളും. ബീപ് ശബ്ദം കേട്ടാൽ ഒരു മണിക്കൂറിനുള്ളിൽ ഓക്സിജൻ പാർലറുകളിൽചെന്ന് റീഫിൽ ചെയ്യണമെന്നു മാത്രം.

സാരിക്ക് മാച്ച് ചെയ്യുന്ന ഓക്സിപാക്കറ്റ് കൂടി വാങ്ങിയപ്പോൾ കാർഡിൽ മിനിമം ബാലൻസ് മാത്രമേ അവശേഷിച്ചുള്ളൂ.

പാതാളത്തിലിറങ്ങുമ്പോലെ ലിഫ്റ്റിലൂടെ താഴെക്ക് വന്നു. ധൃതിയിൽ പുറത്തിറങ്ങവേ കോളാമ്പി മൈക്ക് കെട്ടിയ ഒരു ഹെലി

കോപ്റ്റർ തെരുവിൽ വന്നിറങ്ങുന്നു. ഇലക്ഷൻ പ്രചരണമാണ്. കോപ്റ്ററിൽ നിന്നിറങ്ങിയ സ്ഥാനാർത്ഥി, മൂക്കിൽ സ്ഥാനം തെറ്റിക്കിടന്നിരുന്ന കുഴലുകൾ ശരിയാക്കിയ ശേഷം പ്രസംഗം ആരംഭിച്ചു.

....ആസന്നമായ നിയമസഭാ തെരഞ്ഞെടുപ്പിൽ എന്നെ തെരഞ്ഞെടുക്കുകയാണെങ്കിൽ, അറബിക്കടലിൽ ആർക്കും വേണ്ടാതെ കടക്കുന്ന ജലം നമ്മുടെ പഴഞ്ചിത്താവയിൽ കൊണ്ടുവന്ന്, അരിപ്പയിലൂടെ കടത്തിവിട്ട്, ഓക്സിജൻ വേർതിരിച്ചെടുത്ത് വാമനാസ്റ്റോറുകളിലൂടെ സബ്സിഡി നിരക്കിൽ വിതരണം ചെയ്യും. ആയതിനാൽ നിങ്ങളുടെ വിലയേറിയ ഓരോ...

നല്ല പ്രസംഗം, നല്ല വാഗ്ദാനം, നല്ല രസതന്ത്രം, ഇയാൾ ജയിക്കണം. ജയിച്ചേ പറ്റൂ.

●

ചില്ലുപാളി

എഴുതിയെഴുതി അർദ്ധരാത്രിയായി.

കെട്ടിക്കിടക്കുന്ന ചെളിവെള്ളം പോലെ ചുറ്റും നിശ്ശബ്ദത

പൊടുന്നനെ ചില്ലുവാതിലിൽ ഒരു നിഴലനക്കം.

ഹൃദയമിടിപ്പ് പെരുകി.

അറച്ചറച്ച് വാതിൽ തുറന്നു.

പുറത്തെ വിളക്ക് തെളിച്ചു.

മഹാശൂന്യത മാത്രം.

വാതിലടച്ച് വീണ്ടും എഴുതാനിരുന്നു.

വീണ്ടും മിന്നായം

ചില്ലുപാളിക്കപ്പുറം ആരുടെയോ മറഞ്ഞുനിൽപ്പ്.

ഒരു ഒളിഞ്ഞുനോട്ടം.

കതക് വീണ്ടും ഉന്തിത്തുറന്നു. ആരെയും കണ്ടില്ല.

തണുത്ത കാറ്റുമാത്രം അകത്തേക്കൊഴുകി.

വീണ്ടും എഴുത്തു മേശക്കരികെ.

ചില്ലുവാതിൽക്കൽ ആശങ്കപ്പെടുത്തുന്ന ആൾരൂപം പിന്നെയും.

ഞാൻ കണ്ണടയൂരി പെട്ടിയിലടക്കം ചെയ്ത് മേശ വലിപ്പിലിട്ടു പൂട്ടിയശേഷം കട്ടിലിൽ പുതച്ചു മൂടിക്കിടന്നു.

പിന്നീട് ഒച്ചയൊന്നും കേട്ടില്ല.

●

ചെ

'ഒരു ചെറുകഥ എഴുതിയിട്ടുണ്ട്. വായിച്ചുനോക്കാമോ?' വായനക്കാരനോട് ചോദിച്ചു.

'സമയക്കുറവുണ്ട്, ചുരുക്കിക്കൊണ്ടുവരൂ.'

പകുതിയാക്കി ചുരുക്കിയ ചെറുകഥ വായനക്കാരനെ കാട്ടി.

'ഇനിയും വെട്ടിമാറ്റൂ.'

വായനക്കാരൻ കല്പിച്ചു.

വീണ്ടും പകുതിയാക്കി ചുരുക്കി നൽകി.

വായനക്കാരൻ നിശ്ശബ്ദനായി വായിച്ചു.

'ചെ'

●

ജലദോഷം

കലിംഗയുദ്ധത്തിൽ ഒന്നൊന്നരവിജയം നേടി ഫുൾഹാപ്പിയായി കൊട്ടാരത്തിലേക്ക് തിരിച്ചുവന്നപ്പോൾ അശോക ചക്രവർത്തിക്ക് കലശലായ ജലദോഷം. എത്രനാളായി പൊരിവെയിലത്ത് മണ്ണുംപൊടിയുമേറ്റ് ഫൈറ്റ്ചെയ്യുന്നു! വെറും ജലദോഷത്തിലൊതുങ്ങിയത് ഭാഗ്യം. എന്നാലും ജലദോഷം വന്നാൽ അതാണ് മഹാരോഗമെന്നു തോന്നും. ദേഹമാസകലം അറുത്തുമുറിച്ചിട്ടവേദന. തലക്കകത്ത് പെരുപെരുപ്പ്. തൊണ്ടക്കകത്ത് കിരുകിരുപ്പ്. കൊച്ചു പിള്ളേരെ പോലെ മൂക്ക് വലിച്ചു കേറ്റി, അറിയാതെ കൈത്തണ്ട കൊണ്ട് തുടക്കുമ്പോഴുള്ള ചളിചളിപ്പ് വേറെ. പടക്കം പൊട്ടിക്കേണ്ടുന്ന സമയത്ത് ആകെ മൊത്തം മൂഡോഫ് !

കൊട്ടാരം വൈദ്യൻമാർ ചുക്ക്കാപ്പി, ജീരകപ്പൊടി, തുളസിയില, യൂക്കാലിത്തൈലം, കുരുമുളക് കഷായം, വെളുത്തുള്ളിസൂപ്പ് തുടങ്ങിയവയുമായി ലൈൻനിന്നു. രക്ഷയില്ല. ചിലർ ചക്രവർത്തിയെ തൊഴുത്തിൽ കൂട്ടിക്കൊണ്ടുപോയി പശുവിനടുത്ത് അല്പനേരം നിർത്തി നോക്കി. എന്നിട്ടും രക്ഷയില്ല.

അപ്പോഴാണ്, മറുനാട്ടിൽ ചില പൊടിക്കൈ അറിയാവുന്ന ചികിൽസകനുണ്ടെന്ന കാര്യം ആരോ പറഞ്ഞു കേട്ട് ചക്രവർത്തി അറിയുന്നത്. ആരവിടെ, വായിവിടെ, പോ അവിടെ എന്ന് അട്ടഹസിച്ച ശേഷം, ആളെ അയച്ച് ഞൊടിയിടയിൽ ചികിൽസകനെ വരുത്തിച്ചു. 'ഓ ഇതൊക്കെ എന്ത്'' എന്ന മട്ടിൽ ചെറുവിരൽ പോലുള്ള ഡപ്പിയിൽ പല്ലിമുട്ട പോലുള്ള ഗുളികകൾ നൽകി കക്ഷി പോയി. നാലെണ്ണംവീതം, നാലുനേരം അലിച്ചിറക്കിയപ്പോൾതന്നെ

ചക്രവർത്തിയുടെ ജലദോഷം ഓട്ടപ്പാത്രത്തിലെ വെള്ളം പോലെ ഒഴിഞ്ഞുപോയി.

പക്ഷേ കിടക്കയിൽനിന്ന് എണീറ്റയുടനെ, എല്ലാവരേയും അങ്കലാപ്പിലാക്കിക്കൊണ്ട്, കൊച്ചുകുട്ടിയെപോലെ ചക്രവർത്തി ഒറ്റക്കരച്ചിൽ.

'...നിക്കിപ്പം മതം മാറണം, നിക്കിപ്പം മതം മാറണം...'

ആസ്ഥാനപണ്ഡിതൻമാർ പരസ്പരം നോക്കി. പണിപറ്റിച്ചത് ജലദോഷം മാറ്റാൻ വന്ന മായാവി! രഹസ്യമായി ആളെ വിട്ട് പുള്ളിക്കാരന്റെ വിത്തും വേരും പരതിക്കൊണ്ടുവന്നു. പേരിനൊപ്പമുള്ള ഡിഗ്രി കേട്ടപ്പോഴാണ് പണ്ഡിതൻമാർ ശരിക്കും ഞെട്ടിയത്.

ബി. എച്ച്. എം. എസ് !

●

ട്രാൻസിസ്റ്റർ ബോംബ്

ആൽത്തറസ്വാമി, ഓർമ്മവെച്ചനാൾ മുതൽ ഒപ്പം കൊണ്ടുനടന്നിരുന്ന പുരാതനമായ കൊച്ചു മർഫിറേഡിയോ ഇന്നുച്ചക്ക് പൊട്ടിത്തെറിച്ചു.

റേഡിയോ തലക്കരികിൽ വെച്ച്, മലർന്നുകിടന്ന്, കണ്ണടച്ച്, ചലച്ചിത്രഗാനം ആസ്വദിക്കുകയായിരുന്നു, സ്വാമി.

പെട്ടെന്നൊരൊച്ച!

ഞെട്ടിയെണീറ്റ് നോക്കിയപ്പോൾ റേഡിയോ താഴെ സിമന്റുതറയിൽ കഷ്ണം കഷ്ണമായി കിടക്കുന്നു.

'ഏതു പാട്ടായിരുന്നു സാമീ കേട്ടോണ്ടിരുന്നത്?'

ചുറ്റും കൂടിനിന്ന ചെറുപ്പക്കാരിലൊരാൾ, അന്തംവിട്ടുനിൽപായിരുന്ന സ്വാമിയോട് ചോദിച്ചു.

'പെണ്ണാളേ, പെണ്ണാളേ, കരിമീൻ കണ്ണാളേ കണ്ണാളേ'.

സ്വാമി അല്പം സങ്കോചത്തോടെ പറഞ്ഞു.

'അസ്സല് സാമി!'

ആരോ അടക്കംപറഞ്ഞു.

'പോട്ടെ, ഏതുവരി പാടുമ്പോഴാണ് പൊട്ടിത്തെറി ഉണ്ടായതെന്നോർമ്മയുണ്ടോ?'

കുറ്റാന്വേഷകന്റെ മുഖചേഷ്ടയുമായി ഒരുവൻ.

'ഓർമ്മയ്ണ്ട്. മാനത്ത് പറക്കണെ ചെമ്പരുന്തേ, മീനിന്ന് മത്തിയോ

ചെമ്മീനോ എന്ന് കഴിഞ്ഞ് അടുത്തവരി പാടിത്തൊടങ്ങ്യപ്പം.'

നിഷ്കളങ്കതയോടെ സ്വാമി പറഞ്ഞു.

'അപ്പോ പാട്ടുതന്ന്യാ ബോംബ്!'

ചെറുപ്പക്കാർ കൃത്രിമച്ചിരി മുഖത്തുവരുത്തി പരസ്പരം പറഞ്ഞു.

സ്വാമിക്ക് ഒന്നും മനസ്സിലായില്ല.

'പാടിയവര് പാടി, കേൾക്ക്ന്ന നമ്മളെങ്കിലും ശ്രദ്ധിക്കണ്ടേ?'

സ്വാമി കണ്ണുമിഴിച്ചു.

'അമ്പലമാകാനിരിക്ക്ന്ന പള്ളീല് പെരുന്നാള് വന്നൂനൊക്കെ പാട്യാ, അത് ബോംബല്ലാതെ പിന്നെന്താ?'

അപ്പോഴും സ്വാമിക്ക് ഒന്നും മനസ്സിലായില്ല.

●

തെണ്ടി

വരാന്തയിലെ ഇരുത്തിയിൽ കാൽ നീട്ടിവെച്ച്, ഌണ് ചാരിയിരുന്ന് ഈണത്തിൽ പാടുകയായിരുന്നു വല്യമ്മ.

'....... ഋതുവായപെണ്ണിനുമിരപ്പനും ദാഹകനും
പതിതന്നുമഗ്നിയജനംചെയ്ത ഭൂസുരനും
ഹരിനാമകീർത്തനമിതൊരു നാളുമാർക്കുമുട-
നരുതാത്തതല്ല ഹരിനാരായണായനമഃ....'

പെട്ടെന്ന് പൂജാമുറിയുടെ വാതിൽ തുറന്ന് രോഷാകുലനായി കൊച്ചുമോൻ ചാടി വരുന്നു. നെറ്റിയിലും നെഞ്ചത്തും ഭസ്മക്കുറിയും കുങ്കുമപ്പൊട്ടും. കഴുത്തിൽ രുദ്രാക്ഷമാല. കൈത്തണ്ട പുട്ടുകുറ്റിയിൽ കുടുങ്ങിയ മാതിരി പലതരം ചരടുകൾ.

വല്യമ്മക്ക് ഭയം തോന്നി.

'ചാനല് കണ്ട് കണ്ട് അയ്ന്റാത്തെ വൃത്തികെട്ട പാട്ട് ബൈഹാർട്ടാക്കി വെച്ചിരിക്ക്വാ അല്ലേ?'

കൊച്ചുമോൻ വല്യമ്മയുടെ നേർക്ക് വിരൽ ചൂണ്ടിക്കൊണ്ട് ചാടിക്കയറി.

'ദൈവദോഷം പറയാതെടാ. ഹരിനാമകീർത്തനം എന്ന് കേട്ടിറ്റേല?'

വല്യമ്മ ശാന്തമായി പറഞ്ഞു.

'എന്ത് കുന്തായാലും വേണ്ടില്ല, ഒര് എരപ്പന്റെ കാര്യം പറീന്നകേട്ടിറ്റാ പൂജാമുറീന്ന് ഞാനോടിവെര്ന്ന്.'

‘അതെമോനേ, ഇരപ്പനം അതായത് തെണ്ടിക്കും അരുതാത്തതല്ല ഹരിനാമകീർത്തനം. മ്മടെ എഴുത്തച്ഛൻ എഴുതീതാ.’

വല്യമ്മ താണുകേണു പറഞ്ഞു.

പൊടുന്നനെ, കണ്ണുമിഴിച്ച്, പല്ലുകടിച്ച്, മുഖംഭീകരമായി വക്രീകരിച്ച്, ഒരു കാലുയർത്തി...

●

ദൂരദർശനം

അവൻ ചെറിയ കുട്ടിയായിരുന്ന കാലം.

തൊടിയിൽ മണ്ണപ്പം ചുട്ടു കളിക്കുകയായിരുന്ന അവന്റെ ചെവി കൂട്ടിപ്പിടിച്ച് അമ്മ കിണറ്റുവക്കത്തേക്ക് കൊണ്ടുപോയി. തലവഴി വെള്ളമൊഴിച്ചു കുളിപ്പിച്ചു. കുഞ്ഞുമുണ്ടുടുപ്പിച്ച് നെറ്റിയിൽ കുങ്കമപ്പൊട്ടും തൊടീച്ച്, അകത്തിറയത്ത് കൊണ്ടിരുത്തി. നിലവിളക്ക് നിറതിരിയിട്ട് കത്തിച്ച ശേഷം അമ്മ മേശമേലുള്ള ദൂരദർശന്റെ കറുത്ത പല്ലമർത്തി. ശരീരം മുഴുവൻ ആയുധമേന്തി നടക്കുന്ന രാമലക്ഷ്മണൻമാർക്കു മുന്നിൽ തൊഴുകൈയോടെ ഇരിക്കുന്ന കുടുംബാംഗങ്ങളോടൊപ്പം അവനും നിശബ്ദമായി പങ്കുചേർന്നു.

പിന്നെ പച്ചത്തെങ്ങോലയിൽ നിന്ന് പാന്തം അടർത്തിയെടുത്ത്, തുമ്പുകൾ വളച്ച്, ചരടുകെട്ടി, ഒപ്പം തോളിൽ കെട്ടി ഞേറ്റിയ പാളക്കുറ്റിയിൽ കൂർത്ത കമ്പുകളുമിട്ടുകൊടുത്ത്, അമ്മ തലയിൽ കൈവെച്ചു പറഞ്ഞു, 'മോൻ പോയി രാമനായി കളിച്ചോ.' തുള്ളിച്ചാടിക്കൊണ്ട് അവൻ പടിയിറങ്ങി.

വർഷങ്ങൾക്കുശേഷം തിരിച്ചുവന്നപ്പോൾ അമ്മക്ക് മകനെ മനസ്സിലായില്ല.

●

ദൈവദർശനം

കമലാസനന് ജീവിതത്തിൽ ഒരേയൊരു ലക്ഷ്യമേ ഉണ്ടായിരുന്നുള്ളൂ. ദൈവദർശനം! അതിനായി ക്ഷേത്രങ്ങളായ ക്ഷേത്രങ്ങളൊക്കെ ചുറ്റി. നടകളായ നടകളൊക്കെ ഏന്തിവലിഞ്ഞു നോക്കി. പൂജാമുറിയിലെ ഇരുട്ടും പൂജാരിയുടെ ഔദ്ധത്യവുമല്ലാതെ മറ്റൊന്നുംകണ്ടില്ല. ഭാഗ്യം ചെയ്ത ജന്മമാണ് പൂജാരിയുടേത്. ഏതു നേരത്തും, ഏതിരുട്ടത്തും ദൈവത്തെ കാണാം. കെട്ടിപ്പിടിക്കാം. കുശലം പറയാം. വഴിപാടുകാരുടെ ആവശ്യങ്ങൾ അക്കമിട്ടുനിരത്താം. കാണിക്കയുടെ ഏറ്റക്കുറച്ചിലിനനുസരിച്ച് അഭീഷ്ടസിദ്ധിക്ക് റക്കമന്റ് ചെയ്യാം...

ഇരിപ്പുവശം വെച്ച് നോക്കുമ്പോൾ പൂജാരിയും ദൈവം തന്നെ! മാംസവും ചോരയുമുള്ള പക്കാ ദൈവം. ജനിക്കുന്നെങ്കിൽ പൂജാരിയായി ജനിക്കണം. ഈ ജന്മം എന്തായാലും നായനക്കി. അടുത്ത ജന്മത്തിലേക്ക് ട്രൈ ചെയ്യണം.

കണ്ണിൽ കണ്ട വഴിപാടു റസീറ്റുകളെല്ലാം മുറിച്ചുവാങ്ങി, പൂജാരിജന്മത്തിനു വേണ്ടി അകമഴിഞ്ഞ് പ്രാർത്ഥിച്ച്, ഒരുവിധം മന:സമാധാനത്തോടെ വീട്ടിലെത്തിയതായിരുന്നു, കമലാസനൻ.

അന്നേരമാണ് എണ്ണവിളക്ക് കത്തിച്ച്, പുസ്തകം തുറന്ന്, ചെക്കൻ ഉച്ചത്തിൽ വായിക്കുന്നത് കേട്ടത്.

.... ഭജനം പൂജനമാരാധനയും
സാധനയും ഹേ, നിർത്തുക സാധോ,
നിജ ദേവാലയ മൂലയിലെന്തി-
നിരിക്കുന്നൂ നീ രുദ്ധകവാടം?

കരിനിലമുഴുമാക്കർഷകരോടും
വർഷം മുഴുവൻ വഴി നന്നാക്കാൻ
പെരിയ കരിങ്കൽപ്പാറ നുറുക്കി
നുറുക്കിയൊരുക്കും പണിയാളരൊടും
എരിവെയിലത്തും പെരുമഴയത്തും
ചേർന്നമരുന്നൂ ദൈവം മണ്ണാ-
ർന്നിരു കൈകളിലും; കൂടെച്ചെളിയി-
ലിറങ്ങൂ, കളയൂ ശുഭ്രം വസ്ത്രം!...

കമലാസനൻ പെട്ടെന്ന് അരിശത്തോടെ എണീറ്റ് വന്ന്, 'ഏതവനാടാ ഈ വൃത്തികെട്ട പാട്ടെഴുതിയത്' എന്നാക്രോശിച്ച്, പുസ്തകം പിടിച്ചുവാങ്ങി, ദൂരേക്ക് വലിച്ചെറിയുകയും, വിളക്കുതിക്കെടുത്തുകയും ചെയ്തു.

●

നദീതട സംസ്കാരം

അവിസ്മരണീയമായിരുന്നു, അന്നത്തെ ദിവസം. സ്വച്ഛ മായി ഒഴുകുന്ന നദിയുടെ തീരത്തിരുന്ന് ഞങ്ങൾ മനസ്സിനെ ശാന്തമാക്കി. നദിയെ കുറിച്ച്, പ്രകൃതിയെ കുറിച്ച്, മനുഷ്യനെ കുറിച്ച് വാചാലരായി. നദിക്കഥകൾ തീവ്രമായി ചൊല്ലി. നദിക്കവിതകൾ ഭ്രാന്തമായി പാടി. നദി വിഷയമായിട്ടുള്ള, ലോകമെമ്പാടുമുണ്ടായ ചലച്ചിത്രങ്ങൾ ചർച്ച ചെയ്തു.

അമ്മയുടെ മടിത്തട്ടിലെന്നവണ്ണം മനസ്സ് നദിയിൽ അഭയം തേടി. ഭക്ഷണംകഴിക്കുന്നതിനു മുന്നേ, അന്നദാതാവായ നദീ ദേവതയെ ധ്യാനിച്ചു. നദിയോരത്തെ മണ്ണിന് മുത്തം കൊടുത്തു.

പരിസരമലിനീകരണം ഉണ്ടാവാതിരിക്കാൻ, ഭക്ഷണാവശിഷ്ട ങ്ങൾ ഒന്നൊഴിയാതെ പെറുക്കിയെടുത്ത്, കൊട്ടയിലാക്കി നദിക്ക് സമർപിച്ച ശേഷം അതീവ സംതൃപ്തിയോടെ ഞങ്ങൾ മടങ്ങി. അവി സ്മരണീയമായിരുന്നു, അന്നത്തെ ദിവസം...

●

ന്യൂ ഭാരത് റസ്റ്ററന്റ്

നഗരത്തിൽ പുതുതായി തുടങ്ങിയ ന്യൂഭാരത് റസ്റ്ററന്റിൽ പ്രാതൽ കഴിക്കാൻ ചെന്നപ്പോൾ മുന്നിൽ കൊണ്ടുവെച്ചത് ഇലയിൽ പൊതിഞ്ഞ ഒരുകുറ്റി കള്ളപ്പുട്ട്. ഒപ്പം ഒരു കപ്പ് കള്ളക്കാപ്പി. അസ്വാഭാവിക ഭക്ഷണത്തോടുള്ള നീരസം മുഖത്ത് കണ്ടിട്ടാവണം,' ഇവിടെ എല്ലാവർക്കും ഇതുതന്നെയാണ് വിളമ്പുന്നത്'' എന്ന മട്ടിൽ വെയ്റ്റർ കണ്ണുമിഴിച്ചു. അതോടെ നാക്കോളമെത്തിയ ഓക്കാനം വന്നവഴി പോയി. പരാതിയും പരിഭവവും ഇല്ലാതെ എല്ലാവരും ചറപറാ കഴിക്കുന്നത് കണ്ടപ്പോൾ കള്ളപ്പുട്ടും കള്ളക്കാപ്പിയും അല്പാല്പമായി തൊണ്ടയി ലിറങ്ങി. അറിയാതെ നാക്കിൻ തുമ്പത്ത് രുചി ഇടിച്ചുകയറി.

ഉച്ചയൂണിന് പോയപ്പോഴും അതേ അവസ്ഥ. തൂശനിലയിൽ വെളുവെളുത്ത കള്ളച്ചോറ്. കള്ളക്കായം മണക്കുന്ന കള്ളസാമ്പാർ. കള്ളപച്ചടി. കള്ളഅവിയൽ. കള്ളകാളൻ. കള്ളപപ്പടം. തൊട്ടുനക്കാൻ കള്ളഅച്ചാർ. സ്പെഷലായി ഒരുകപ്പ് കള്ള പ്പായസം.

ഏമ്പക്കമിട്ടെഴുന്നേറ്റ്, കൈ കഴുകിയ ശേഷം, ബില്ല് കൊടുക്കവേ, ഇക്കിൾ മാറ്റാൻ ജീരകമുട്ടായിക്ക് ചോദിച്ചപ്പോൾ കൗണ്ടറിലിരിക്കുന്ന മുതലാളി കള്ളച്ചിരിയോടെ, തന്നത് വർണകടലാസിൽപൊതിഞ്ഞ കള്ളപേഡ !

രാത്രി കള്ളച്ചപ്പാത്തി കഷ്ണം കഷ്ണമാക്കി, ചൂടുള്ള കള്ളപ്പാലിൽ മുക്കി തിന്ന് പുറത്തിറങ്ങിയപ്പോഴാണ് റസ്റ്ററന്റിന്റെ നെയിംബോഡിലെ എംബ്ലത്തിലുണ്ടായിരുന്ന സ്ലോഗൻ ശ്രദ്ധയിൽ പെട്ടത്.

'സത്യമേവജയതേ'

●

നാട്ടുനടപ്പ്

അല്ലപ്പാ, ഗൗരീ ഗൗരീന്നൊക്കെ പറയ്ന്നത് മ്മടെ ദേവതേടെ പേരല്ലേ, ഇങ്ങനെ ന്ട്ട പ്രാണൻ കൊല്ലാവ്വോ?

ഒര് കൊഴപ്പൂല്ല. ഗോറീ, ഗോറീന്ന് മനസ്സില് വിചാരിച്ചോണ്ടിര്ന്നാമതി. മാത്രല്ല ലങ്കേശനെ തട്ടിക്കളയാനുള്ള തോക്കിന് ത്രേതായുഗം തൊട്ടേ ലൈസൻസ് കിട്ട്യ കാര്യം അറിഞ്ഞൂഡ്രോ? പുണ്യം കിട്ടീന്ന് കര്ത്യാ മതീലോ. പോരാഞ്ഞ് പത്രികാന്ന് ള്ള വാല് കൂട്ടിപറയ്ന്ന കേട്ടിറ്റേ്ല, വായിക്കാനറിയാത്തോണ്ടാ. പാടിക് അല്ലേ ഓര്, അസ്സല് പാടിക്. ആകെ മൊത്തം നോക്കുമ്പം വൈകിപ്പോയീന്നേ തോന്നലുള്ളൂ.

●

നാവ്

കോവിലകത്തെ നാറ്റം നാട്ടുകാർക്ക് അസഹ്യമായ കാലത്താണ് അവിടേക്ക് ജോലിക്ക് ആളെവേണമെന്ന പത്രപ്പരസ്യം കാണുന്നത്. വല്ല ചവറുമാന്തലോ, കുപ്പതോണ്ടലോ, ചേറ് നീക്കലോ, ആയിരിക്കും പണിയെന്ന് ആദ്യം കരുതി. പണിയില്ലാത്തവർക്ക് എന്തു പണിയായാലെന്ത്! അല്ലെങ്കിലും സ്വച്ഛകോവിലകം നാട്ടുകാരുടെ സ്വപ്നമല്ലേ?

പിടയ്ക്കുന്ന മീനിന്റെ തലവെട്ടിയ പരിചയമാണ് ഏക യോഗ്യത എന്നു കണ്ടപ്പോൾ പാചകപ്പണിയാണെന്നുറപ്പിച്ചു. അതായാലും നന്ന്.

തോട്ടിൽപോയി നാലഞ്ചു കയിച്ചലിനെ തോർത്തിട്ടു പിടിച്ച ശേഷം പേനാക്കത്തി കൊണ്ട് ഒറ്റവെട്ടിന് തലയറുത്ത് പരിശീലിച്ചു. വഴങ്ങുന്ന പണിതന്നെ എന്നുറപ്പിച്ച് കോവിലകത്തേക്ക് വെച്ചു പിടിച്ചപ്പോൾ അവിടെ ഒരുൽസവത്തിന്റെ ആളുകൾ! വന്നവർക്കെല്ലാം കൊട്ടക്കണക്കിന് പണിയുണ്ടെന്നറിഞ്ഞ് സന്തോഷം കരകവിഞ്ഞു. മൂർച്ചയുള്ള കത്തി എല്ലാവർക്കും നൽകിക്കൊണ്ട് കോവിലകം അധികാരികൾ ശാന്തമായി പറഞ്ഞു;

'ഇവിടുത്തെ നാറ്റത്തെപറ്റി മിണ്ടുന്ന നാട്ടുകാരെ കണ്ടുമുട്ടിയാൽ അപ്പോൾതന്നെ ഒറ്റവെട്ടിന് നാവറുത്ത് കൊണ്ടുവരിക.'

●

നോട്ടം

ചിലപ്പോൾ പഞ്ഞിക്കെട്ടുപോലുള്ള വെള്ളക്കരടിയെ കെട്ടിപ്പിടിച്ച് ആഹ്ലാദിക്കുകയാവും. മറ്റുചിലപ്പോൾ 'ശ്ശൂ...' എന്ന ശബ്ദമുണ്ടാക്കി വിമാനം പറത്തുകയാവും. അതുമല്ലെങ്കിൽ ചെണ്ടകൊട്ടുന്ന കുരങ്ങിനോടൊപ്പം കൈയടിച്ച് താളം മുറുക്കുകയാവും....

കൊച്ചു പെൺകുട്ടി വീട്ടുവരാന്തയിലിരുന്ന് വിവിധതരം കളിപ്പാട്ടങ്ങളിൽ അഭിരമിക്കുന്നത് നിത്യവും ഞാൻ കണാറുണ്ട്.

ഒരിക്കലും പെൺകുട്ടി എന്നെ ശ്രദ്ധിച്ചിരുന്നില്ല.

ഒരു ദിവസം ആകാശപ്പന്ത് ഊതിവീർപ്പിക്കുകയായിരുന്നു, പെൺകുട്ടി. വർണ്ണപ്പൊട്ടുകളുള്ള പന്തിന്റെ കഴുത്തിന് കൊച്ചുവിരലുകൾ ചേർത്തു പിടിച്ച്, വായ ചുണ്ടോടടമർത്തി.

പിന്നെ കവിൾ വീർപ്പിച്ച്, കണ്ണു വിടർത്തി, ദേഹമാസകലം ഉത്കർഷപ്പെട്ട്...

മിനുമിനുപ്പിലും പതുപതുപ്പിലും ഞാൻ കൗതുകത്തോടെ കണ്ണുകൂർപ്പിച്ചു.

പൊടുന്നനെ ഭീകരശബ്ദത്തോടെ ആകാശപ്പന്ത് പൊട്ടി. ചവിട്ടിയരക്കപ്പെട്ട പൂവുപോലെ നിലത്ത് ചുരുണ്ടു.

●

വയ്യ...വയ്യ...

വയ്യ......വയ്യ....

വയ്യ.... വയ്യ....

ആശുപത്രി മുറിയുടെ പുറത്തെ വരാന്തയിൽ ചുമരിനോട് ചേർന്ന് കുനിഞ്ഞിരിപ്പായിരുന്നു വൃദ്ധൻ. ശ്വാസോച്ഛ്വാസ ത്തോടൊപ്പം നേർത്ത ശബ്ദം പുറത്തുവരുന്നുണ്ടായിരുന്നു.

വയ്യ.... വയ്യ....

വയ്യ...വയ്യ...

ആരുമത് കേട്ടില്ല. ചികിൽസകരും പരിചാരകരും ഇടയ്ക്കിടെ വരാന്തയിലൂടെ അങ്ങോട്ടുമിങ്ങോട്ടും നടക്കുന്നുണ്ടായിരുന്നു. ചക്ര കസാരകളും തള്ളുകട്ടിലുകളും ഒച്ചയുണ്ടാക്കി പാഞ്ഞുകൊണ്ടിരുന്നു. കമ്പിളിപ്പുതപ്പിൽ നിന്ന് പതുക്കെകണ്ണുകൾ പുറത്തിട്ട് അയാൾ എല്ലാം നിശബ്ദം നോക്കി നിന്നു. ആരും അയാളെ ശ്രദ്ധിച്ചില്ല. വരാന്ത അല്പം ശാന്തമായപ്പോൾ വൃദ്ധൻ ആശുപത്രി മുറിയുടെ പാതി ചാരിയ വാതിലിലൂടെ പതുക്കെ തലനീട്ടി. കട്ടിലിൽ കൊതുക് കുടയ്ക്കുള്ളിൽ ശാന്തമായി കിടന്നുറങ്ങുന്ന ചോരക്കുഞ്ഞ്.... മുറിയിൽ മുലപ്പാൽ മണം. മുകളിൽ ഫാനിന്റെ കറക്കം. കുളിമുറിയിൽ വെള്ളം വീഴുന്ന ശബ്ദം...

വൃദ്ധൻ ചുമരിൽ കൈ താങ്ങിപ്പിടിച്ച്എഴുന്നേറ്റു. ഒച്ചയുണ്ടാ ക്കാതെ വാതിൽ തുറന്ന് മുറിക്കകത്ത് പ്രവേശിച്ചു. കുട മാറ്റിയശേഷം കുഞ്ഞിന്റെ അരയിൽ പുതപ്പിച്ചിരുന്ന തുണി പതുക്കെ പൊക്കി നോക്കി. പൊടുന്നനെ മുഖം വിടർന്നു. ചുണ്ടനങ്ങാതെ പറഞ്ഞു.

വയ്യ...വയ്യ......

വയ്യ.... വയ്യ....

കാത്തിരിക്കാൻ വയ്യ.

●

നോവലും ചെറുകഥയും

ചോറ്റുകലം വടക്കോർത്ത് കൊണ്ടോയി, വെള്ളൊ ഴിച്ച്, വെണ്ണീരും ചേരിക്കുച്ചും കൊണ്ട് തേച്ചുരച്ച് കഴുകി വൃത്ത്യാക്കി, വെള്ളം നെറച്ച് അടുപ്പത്ത് വെച്ചു. വെറക് കൊള്ളി തീറ്റി അടുപ്പൂതി കത്തിച്ചു. അരിയെടുത്ത് മൊറത്തിലിട്ട്, പാറ്റിപ്പെറുക്കി, മൂന്നാല് വെള്ളത്തില് തിരുമ്മിക്കഴ്കി അടുപ്പത്തിട്ടു. ചെരട്ടക്കയിലെടുത്ത് അഞ്ചാറ് പ്രാവശ്യം എളക്കി. തെളച്ച് തൊടങ്ങ്യപ്പം ഒന്ന് രണ്ട് വറ്റെടുത്ത്, വിരലു കൊണ്ട് ഞെരിച്ച് വേവ് നോക്കി. വെന്തുന്ന് ഒറപ്പായപ്പം അടച്ചൂറ്റി കൊണ്ട് മൂടി, കൈക്കലക്കുട്ടി, വാർക്കാൻ വെച്ചു. ഒരുമണി വറ്റ് പോലും കഞ്ഞിക്കലത്തില് പോവാണ്ട് വാർത്ത് കയ്ഞ്ഞപ്പം നീർ ത്തിവെച്ചു....

....ഇത്രേം പണി ഞാനൊറ്റക്ക് ബുദ്ധിമുട്ടി ചെയ്തപ്പൾത്തേക്കും, ഓളെന്താക്കീന്, അല്ല, എന്താക്കീന്? ഒര് കൂട്ടാൻ വെച്ചു അത്രെന്നെ!

●

പ്രണയം

ആൺപക്ഷി പെൺപക്ഷിയോടു പറഞ്ഞു:

ഈ ആൽമരത്തിന്റെ ചില്ലകൾക്കെന്തു ദൃഢത! ഇടതൂർന്ന ഇലകൾക്കെന്തുഭദ്രത! അരിച്ചെത്തുന്ന കാറ്റിനെന്തു ശാന്തത! വർഷങ്ങളായി നഗരത്തിരക്കിൽ തലയുയർത്തി നിന്നിട്ടും ഇന്നേവരെ മനുഷ്യ സ്പർശനമേറ്റിട്ടില്ല. കൊടുങ്കാട്ടിലായാൽ പോലും മനുഷ്യന്റെ ദുഷിച്ച നോട്ടമെത്താത്ത മരമുണ്ടോ? ഇത്രയും ദൃഢവും, സുരക്ഷിതവും, ഏകാന്തവുമായ ഇടമുണ്ടോ? നമുക്ക് ഈ മരത്തിൽ തന്നെ കൂടുകെട്ടാം. നമ്മുടെ പ്രണയം ഈ ആൽമരം പോലെ അടിയുറച്ചതും, അപായരഹിതവും, ആശ്വാസദായകവും ആവട്ടെ!

ശരിയാണ്.

പെൺപക്ഷി പറഞ്ഞു.

പോലീസ് സ്റ്റേഷനിൽ പിടിച്ചിട്ട മണൽലോറിയിൽ മുളച്ചു പൊന്തിയ ആൽമരത്തിൽ, തളിർക്കുന്ന പ്രണയമാണ് പ്രണയം.

●

പാട്ടുകള്ളൻ

ചായ്പ്പിൽ മൺവിളക്ക് കത്തിച്ച്, ചമ്രംപടിഞ്ഞിരുന്ന് രാമായണം വായിക്കുകയായിരുന്നു പാട്ടിയമ്മ.

...ഔഷധമൊന്നുമേ കണ്ടതുമില്ലല്ലോ.
കാണാഞ്ഞു കോപിച്ച പർവ്വതത്തെ പറി-
ച്ചേണാങ്ക ബിംബം കണക്കെ പിടിച്ചവൻ
കൊണ്ടുവന്നൻപോടു രാഘവൻമുമ്പിൽവ-
ച്ചിണ്ടൽ തീർത്തീടിനാൻ വമ്പടയ്ക്കന്നേരം.

അത്രയും വായിച്ച ശേഷം അടുത്തുള്ള മൺകലത്തിൽനിന്ന് ചിരട്ടക്കയിലിൽ വെള്ളം കോരിക്കുടിക്കവേ, ഓലമറക്കപ്പുറം ആരോ ഓടി മറയുന്ന ഒച്ച .

'കള്ളൻ! കള്ളൻ!'

പാട്ടിയമ്മയുടെ നിലവിളി കേട്ട് ഓലച്ചൂട്ടുമായി വന്ന നാട്ടുകാർ നാലുപാടും പരതി. ഒടുക്കം കള്ളനെ കൈയോടെ പിടിച്ചു.

മുഖത്തേക്ക് ചൂട്ടുപായിച്ചപ്പോൾ എല്ലാവരും ഞെട്ടി. സാധാരണ ദേഹത്താകെ അട്ടക്കരി തേച്ചുപിടിപ്പിച്ചാണ് കള്ളൻമാരുടെ പുറപ്പാട്. ഇത്, പക്ഷേ നൂറ് വാരിപ്പൂശിയമാതിരി...

'പേരെന്താടാ...?'

കുപ്പായം കുത്തിപ്പിടിച്ചുകൊണ്ടൊരാൾ ചോദിച്ചു.

'ബാംഫോഡ്''

പൊള്ളുന്ന ചക്കക്കുരു വായിലിട്ടപോലെ കള്ളൻ പറഞ്ഞു.

'ശരിക്ക പറയെടാ.'

'ജോസഫ് സിറിൽ ബാംഫോഡ്''

ഇടിക്കട്ടപോലുള്ള പേരുകേട്ട് നാട്ടുകാർ അമ്പരന്നു.

'ഏത് നാട്ട്ളാഡാ നീ...?'

'ഇംഗ്ലണ്ട്''

ഒരുപാട് കള്ളൻമാരെ പിടിച്ചിട്ടുണ്ടെങ്കിലും ഇംഗ്ലീഷ് കള്ളനെ ആദ്യമായി വലയിലാക്കിയ സന്തോഷം നാട്ടുകാർക്ക്.

'എന്താടാ നീ പാട്ടിയമ്മേന്റെ പെരേന്ന് കട്ടെ?'

കള്ളൻ ഒന്നും മിണ്ടിയില്ല.

ഒരുവൻ പുള്ളിക്കാരന്റെ ദേഹമാസകലം തപ്പിനോക്കി. അരയിൽ മടക്കിത്തിരുകിയ 'മുപ്പത് ദിവസം കൊണ്ട് മലയാളം സംസാരിക്കാം' എന്ന പുസ്തകമൊഴികെ മറ്റൊന്നും കിട്ടിയില്ല.

'സത്യം പറയില്ല അല്ലേടാ' എന്നാക്രോശിച്ച് ഒരാൾ, മുഷ്ടിചുരുട്ടി അടിവയറ്റിൽ കുത്താനോങ്ങിയപ്പോൾ ഭയന്നുപോയ കള്ളൻ പറഞ്ഞു.

'പാട്ട്...., അച്ചമ്മ പാടിക്കൊണ്ടിര്ന്ന പാട്ട്. ഈടത്തെ പാട്ട് കട്ടോണ്ടോയിറ്റല്ലേ, പൊറം നാട്ട്കാര് ബീമാനോം മിസൈലും റോക്കറ്റും ഒക്കെ ഉണ്ടാക്ക്യേ. പർവ്വതത്തെ പുഷ്പം പോലെ പറിച്ചോണ്ട് വര്ന്ന ഹനുമാനെപറ്റി അച്ചമ്മ പാട്ന്ന കേട്ടപ്പം അയിന്റാത്ത്ന്ന് ഞാനും കട്ടു ഒരു സൂത്രം'

'എന്ത് സൂത്രം?'

'ജെ. സി. ബി. ഒണ്ടാക്ക്ന്ന സൂത്രം.'

●

പുനഃപ്രതിഷ്ഠ

കാലങ്ങളായി ദേവസ്തുതികൾ എഴുതി സ്വന്തമായി അച്ചടിപ്പിച്ച്, ഭക്തൻമാർക്കിടയിൽ വിൽപന നടത്തി ഉപജീവനം നടത്തുന്നയാളാണ് കവനാലയം കമലാക്ഷൻ. ഓരോരോ ക്ഷേത്രങ്ങളുടെയും, ശക്തിയും, ചൈതന്യവും, ഐതീഹ്യവും, ആരാധനാ സമ്പ്രദായങ്ങളും പാട്ടുരൂപത്തിൽ പ്രതിപാദിക്കുന്ന, ഒട്ടേറെ വ്യത്യസ്ത പുസ്തകങ്ങൾ അദ്ദേഹത്തിന്റേതായുണ്ട്. ഉൽസവങ്ങളിലും, മറ്റ് ആരാധനാവേളകളിലും അതാത് ക്ഷേത്രങ്ങളോട് ബന്ധപ്പെട്ട പുസ്തകങ്ങളുമായി അദ്ദേഹം ആൾക്കൂട്ടത്തിലിറങ്ങും. പുസ്തകത്തിലെ വരികൾ ഈണത്തിൽ പാടിഭക്തരെ ആകർഷിക്കും.

അങ്ങനെയിരിക്കേയാണ്, ശ്രീ ധർമശാസ്താക്ഷേത്രത്തിലെ പുനഃപ്രതിഷ്ഠാമഹോൽസവം നടക്കുന്നത്. അയ്യപ്പചരിതം പാട്ടുപുസ്തകത്തിന്റെ രണ്ടട്ടികൾ കൈയിൽ ഉയർത്തിപ്പിടിച്ച് കമലാക്ഷൻ മഹോൽസവനഗരിയിൽ ചെന്നു.

...ഹിന്ദുവായ അയ്യപ്പനും മുസൽമാനാം വാവരും,
തോളോടുതോൾ ചേർന്നിട്ടല്ലോ, കാടും നാടും കാത്തെ,
മന്ദിരത്തിൽ പോകുന്നവർ മസ്ജിദിലും പോകുന്നു,
മതമേതുമായിടട്ടെ, മനമൊന്നായ് മാറുന്നു...

ഈണത്തിലുള്ള പാട്ട് ആൾക്കൂട്ടത്തിന്റെ കാതുകളിൽ ഒഴുകി നീന്തി.

പൊടുന്നനെ, കമലാക്ഷന്റെ നടുപ്പുറത്ത്, ഊക്കോടെ, ഒരു ചവിട്ട് വന്നു വീണു. ഇരു കൈകളിലേയും പുസ്തകങ്ങൾ പൂക്കുറ്റി പോലെ പൊന്തിത്തെറിച്ചു.

അന്തംവിട്ട് തിരിഞ്ഞു നോക്കവേ, അടിവയറ്റിൽ വീണ്ടുമൊരു ചവിട്ട്. കണ്ണിൽ ഇരുട്ടു കേറി. വയറമർത്തി പിടിച്ച് ഇരുന്നു പോയി.

...വാവര് മാപ്ലയാണ്ന്ന് നിന്നോടാരാ പറഞ്ഞെ? ആണെങ്കില് തന്നെ തോളോട് തോൾ ചേർന്നത് നീ കണ്ടിറ്റ്ണ്ടാ...?

കരിങ്കല്ലിൽ, ചിരട്ട മലർത്തിയുരക്കുമ്പോലുള്ള ഒച്ച മാത്രം കേട്ടു.

ഏറെ നേരം കഴിഞ്ഞ് കണ്ണ് പാതി തുറന്ന് നോക്കിയപ്പോൾ അയ്യപ്പചരിതം ആൾക്കൂട്ടത്തിന്റെ ചവിട്ടടികളിൽ ഞെരിഞ്ഞമർന്ന് നാനാവിധമായിരുന്നു.

●

പേര്

അമ്മ, അവനെ എടാ, ചെക്കാ, മരപ്പോത്തേ, തെമ്മാടീ, കുലദ്രോഹീ, കുരുത്തം കെട്ടവനേ എന്നൊക്കെയാണ് വിളിക്കാറ്. ഉറങ്ങുമ്പോൾ മുടിയിഴകളിൽ പതുക്കെ തലോടി, 'മോനേ' എന്ന് ഒച്ചയില്ലാതെ വിളിച്ച് കണ്ണീരൊലിപ്പിക്കും.

കറുത്തതുകൊണ്ട് 'കരിക്കട്ട' എന്നും ഉയരം കുറഞ്ഞതുകൊണ്ട് 'ഉരൽക്കുറ്റി' എന്നും മുനിഞ്ഞിരിക്കുന്നതുകൊണ്ട് 'മൂങ്ങ' എന്നും കൂട്ടുകാർമാറിമാറി വിളിക്കും.

അവന്റെ പേര് വിളിച്ച് ഒരധ്യാപകനും ഒരു ചോദ്യവും ചോദിച്ചില്ല. ഒരുത്തരവും പറഞ്ഞുകൊടുത്തില്ല. മത്സരങ്ങളിൽ വിജയിക്കുന്നവരുടെ പേരുകൾ വിളിച്ചുപറയുന്നവരുടെ കൂട്ടത്തിൽ അവന്റെ പേര് ഉച്ചഭാഷിണി പതിഞ്ഞ ശബ്ദത്തിൽ പോലും ഉച്ചരിക്കാറില്ല. പരീക്ഷാഫലം വരുമ്പോൾ എത്ര പരതിയാലും അവന്റെ പേര് കണ്ണിൽ തടയാറില്ല.

വളർന്നുവലുതായപ്പോൾ, നാടിന്റെ പേര് നശിപ്പിച്ചു എന്ന കുറ്റമാരോപിച്ച്, തെരുവിൽ വെച്ച്, നിയമപാലകരുടെ പിടിയിലായി. 'എന്തെടാ നിന്റെ പേര്'' എന്നായിരുന്നു ആദ്യചോദ്യം.

അവൻ ഒന്നും മിണ്ടിയില്ല.

നിയമപാലകരിലൊരാൾ, പല്ലു കടിച്ച്, കണ്ണുമിഴിച്ച്, കൈ ചുരുട്ടി, കാൽ നിലത്താഞ്ഞു ചവിട്ടി, 'പേര് പറയെടാ' എന്നാക്രോശിച്ചു.

അപ്പോഴും അവൻ നിശ്ശബ്ദനായി.

●

ഭയപ്പാടം

പഞ്ചായത്തു കിണറിന് വടക്കുള്ള തരിശുപാടം വിത്തിടാ നായി കിളക്കവേ കുടുംബശ്രീയിൽ പുതുതായി ചേർന്ന കുസുമവ ല്ലിക്ക് മോഹാലസ്യമുണ്ടായത് എല്ലാവരെയും അങ്കലാപ്പിലാക്കി. തരിയുണ്ടയും, അരിമുറുക്കും കൊണ്ടുമാത്രം പിടിച്ചു നിൽക്കാനാവി ല്ലെന്നും, ഒഴിഞ്ഞ പാടങ്ങളിൽ കൃഷിയിറക്കലാണ് ഇപ്പോഴത്തെ ട്രെന്റെന്നും, ഞങ്ങടെ നാട്ടിലെ കുടുംബശ്രീകൾ പേരെടുക്കുന്നത് അങ്ങനെയാണെന്നും ഇതേ കുസുമവല്ലി ഉദ്ബോധിപ്പിച്ചപ്പോൾ 'പുത്തനച്ചി പുരപ്പുറം തൂക്കും' എന്ന് എല്ലാവരും പിറുപിറുത്തതാണ്. ആന തൂറുമ്പോലെ മുയലിന് പറ്റ്വോ' എന്ന നീരസത്തെ 'ചുമ്മാകി ട്ടുമോ ചുക്കിട്ട വെള്ളം' എന്ന തർക്കുത്തരം കൊണ്ടാണ് കുസുമവല്ലി നേരിട്ടത്. ചെറുപ്പത്തിന്റെ തിളപ്പ് മാറണമെങ്കിൽ അനുഭവിച്ച് തന്നെ അറിയണമെന്നു കരുതി പിന്നീടാരും എതിർക്കാൻ പോയില്ല.

ആദ്യത്തെ കൈക്കോട്ടുപിടുത്തത്തിൽ തന്നെ ചെകിട്ടത്തടി കിട്ടി യമാതിരി മലർന്നു വീണപ്പേൾ 'ഇപ്പോഴെന്തായി' എന്നഭാവം എല്ലാ വരുടേയും ഉള്ളിൽ നുരഞ്ഞു പൊന്തി. എങ്കിലും വെള്ളം കൊണ്ടുവന്ന് മുഖത്ത് കുടയുകയും 'കുസുമവല്ലീ, കുസുമവല്ലീ' എന്ന് സ്നേഹത്തിൽ മുക്കി വിളിച്ച് കണ്ണു തുറപ്പിക്കുകയും, വീട്ടിലേക്ക് താങ്ങിയെടുത്ത്, ഭർത്താവ് ഉൽപലാക്ഷന്റെ കൈകളിലേൽപ്പിക്കുകയും ചെയ്തു.

അസ്വാഭാവികമായത് സംഭവിച്ചു എന്നുറപ്പിച്ച പ്രസിഡണ്ട് ശാന്തേച്ചി, സെക്രട്ടറി സുലോചനയേയും കൂട്ടി ജ്യോതിഷാലയത്തി ലേക്ക് വെച്ചുപിടിച്ചു.

...ക്ഷേത്രധാന്യ ഗൃഹധേന കലാജ്ഞേ
ലംഗാലേ സശകടേ കുശലശ്ച....

....ദോഷകാരണം നിലമറിയാതെയും നിലയറിയാതെയുമുള്ള വ്യവഹാരം, ശാസ്ത്രവിധിയിലും ആചാരങ്ങളിലുമുള്ള അവി ശ്വാസം....

മേലാസകലം ഭയപ്പാടുമായി ശാന്തേച്ചിയും സുലോചനയും.

...ആദ്ധ്യാത്മിക ചിന്ത കൈയൊഴിഞ്ഞുള്ള ഏർപ്പാടുകൾക്ക് അധോഗതിയും അട്ടക്കുഴിയും ഫലം...

ജ്യോൽസ്യൻ തുടർന്നു.

....രാജ്യമൊട്ടാകെയുള്ള കർഷകരെ സ്വയംഹത്യയിലേക്ക് നയിക്കാൻ പാകത്തിലുള്ള വിളനാശത്തിനും, വിലയിടിവിനും കാരണമെന്ത്? ഭക്തിയുടെ അഭാവം. പാരമ്പര്യനിഷേധം. അഹമ്മതി. അനർത്ഥകാരിയും സർവ്വസംഹാരകനുമായ ഗുളികന്റെ നെഞ്ചത്ത്നോക്കി കൈക്കോട്ട് കുത്താൻ തോന്നിച്ചത് ഈ അഹമ്മതിതന്നെ!

പരിഹാരം?

അരണ്ടുപോയ ശാന്തേച്ചിയും സുലോചനയും ഒറ്റശ്വാസത്തിൽ ചോദിച്ചു.

....തറകെട്ടിക്ക്വ, അന്തിക്ക് തിരികൊളുത്ത്വ, പൂജക്ക് ആളെവെക്ക്വ, നിത്യം പ്രാർത്ഥിക്ക്വ....

ആധിപൂണ്ട മനസ്സുമായി തിരിച്ചുവരുമ്പോൾ മുന്നിൽ എല്ലാറ്റിനും കാരണക്കാരിയായ കുസുമവല്ലി, ഉൽപലാക്ഷനോടൊപ്പം ആശുപത്രിയിൽനിന്ന് മടങ്ങിവരുന്നു.

'വയറ്റിലുണ്ട്, കൊറച്ച്നാൾ റസ്റ്റ് വേണമെന്ന് കുസുമവല്ലി, ശാന്തേച്ചിയുടേയും, സുലോചനയുടേയും ചെവിയിൽ പറഞ്ഞപ്പോൾ ഇരുവരും ഇടക്കുകേറി പറഞ്ഞു.

നന്നായി... എന്തായാലും നാളത്തെ യോഗത്തിന് വന്നോ ൾണം. പാടത്ത് ഗുളികൻതറ കെട്ടാൻ ആലോയ്ക്ക്ന്ന യോഗാ... നമ്മളായിറ്റ് ഉണ്ടാക്ക്യ അലമ്പ് നമ്മള്തന്നെ അവസാനിപ്പിച്ചല്ലേ പറ്റൂ...

●

ഭ്രാന്ത്

ഞാൻ, എന്നും രാവിലെയെണീറ്റ്, നിരത്തുവക്കിലുള്ള മുറുക്കാൻ കടയിലേക്ക് പോകും. വൈകിട്ട് തിരിച്ചുവരും.

കടക്കുമുന്നിൽ ബസ്സു കാത്തുനിൽക്കുന്ന ഒരു വൃദ്ധനെ ഒരിക്കൽ ഞാൻ ശ്രദ്ധിച്ചു. കറുത്ത കമ്പിളിക്കുള്ളിൽ ചുക്കിച്ചുളിഞ്ഞ് വികൃതമായ മുഖം. ഒരു കൈ സിംഹത്തലയുള്ള ദ്രവിച്ച, ഊന്നുവടിയിൽ അമർത്തിപ്പിടിച്ച്, വിറക്കുന്ന മറുകൈ വായുവിൽ ആഞ്ഞുവീശി, ഓരോ ബസ്സും നിർത്തിച്ച് വാതിലിനടുത്തേക്ക് നടക്കുന്നു. തനിക്ക് കയറേണ്ടുന്നത് ഇതല്ലെന്ന്മനസ്സിലാക്കി പൊടുന്നനെ പിന്തിരിയുന്നു.

സന്ധ്യക്ക് കട പൂട്ടിതിരിച്ചുപോകുന്നതുവരെ വൃദ്ധന് കയറേണ്ടുന്ന ബസ്സ് വന്നില്ല. രാവിലെ കട തുറക്കാനെത്തിയപ്പോൾ വൃദ്ധൻ അതേ വേഷത്തിൽ, അതേ മുഖഭാവത്തിൽ, നിരത്തു വക്കിൽ തന്നെ ഉണ്ടായിരുന്നു. ഓരോ ബസ്സ് വരുമ്പോഴും, അല്പം മുന്നോട്ടാഞ്ഞ്, ഒരു കൈ ഊന്നുവടിയിൽ അമർത്തിപ്പിടിച്ച്, മറുകൈ ആകാശത്ത് വീശി.

'എന്തു ഭ്രാന്താണ് ഇയാൾ കാണിക്കുന്നത്'' എന്ന മട്ടിൽ ഞാൻ വൃദ്ധന്റെ നേർക്ക് നെറ്റിചുളിച്ചു.

'എന്തു ഭ്രാന്താണ് ഇയാൾ കാണിക്കുന്നത്'' എന്ന മട്ടിൽ അയാൾ എന്റെനേർക്ക് കണ്ണു കൂർപ്പിച്ചു.

●

മെമ്മറിമാർക്കറ്റ്

...അതുകൊണ്ട് സുഹൃത്തുക്കളേ, നമുക്ക് ഓർമ്മകൾ ഉണ്ടായിരിക്കണം. എത്രയെത്ര ത്യാഗങ്ങൾ, സമരങ്ങൾ, ചെറുത്തുനിൽപുകൾ, രക്തച്ചൊരിച്ചിലുകൾ...

നമ്മളെങ്ങനെ നമ്മളായെന്ന് നാം മറന്നുപോയിരിക്കുന്നു.

ഇനിയെങ്കിലും ഓർമകളെ നമുക്ക് തിരിച്ചുപിടിക്കാം. മറവിരഹിത സമൂഹത്തിനായി ഒത്തൊരുമിക്കാം. അതിനുള്ള വഴി തുറക്കുകയാണ് മൈന്റ് മാസ്റ്റേഴ്സ് ഇൻസ്റ്റിട്യൂട്ടിന്റെ ഏറ്റവും പുതിയ സംരംഭമായ മെമ്മറിമാർക്കറ്റ്.

തീരെ കുറഞ്ഞ ചെലവിൽ നിങ്ങളുടെ ഓർമ്മശക്തി വർദ്ധിപ്പിക്കുവിൻ! കോഴ്സിൽ ചേർന്ന് ഒരാഴ്ചക്കുള്ളിൽ ഫലം നേരിട്ടനുഭവിക്കാം! വെറും കാണികളാവാതെ, പ്രായഭേദമില്ലാതെ എല്ലാവരും പ്രവേശനം നേടുവിൻ! സീറ്റുകൾ പരിമിതം. ആദ്യം ചേരുന്ന ആയിരം പേരിൽ നിന്ന് നറുക്കി ട്ടെടുക്കുന്ന അമ്പത്പേർക്ക്, സർവ്വംമറന്നുല്ലസിക്കാൻ വാട്ടർ തീം പാർക്കിലേക്കുള്ള എൻട്രിപാസ് ഫ്രീ...

●

വസ്ത്രം

കപ്പണയിൽ ജോലി കിട്ടിയ ആദ്യദിവസം. അവസാനത്തെ വെട്ടുകല്ലും കരക്കുകയറ്റി അട്ടിവെച്ച ശേഷം, കൂലി വാങ്ങി, ബസ്സിനു കൊടുക്കേണ്ട ചില്ലറ കഴിച്ച്, ബാക്കി മടിക്കുത്തിൽ ഭദ്രമായി കെട്ടിവെച്ചു. തലയിലെ തോർത്തഴിച്ച് മേലും കൈയ്യും തുടച്ച ശേഷം തോളിൽ നിവർത്തിയിട്ടു. തോർത്തും ഉടുമുണ്ടും നിറംകെട്ട് കാഷായമായി മാറിപ്പോയിരുന്നു.

കുന്നിൻ ചെരിവിലെ ഒറ്റയടിപ്പാത അവസാനിക്കുന്നത് ടാറിട്ട റോഡിലാണ്. റോഡിൽ ഏറെനേരം കാത്തു നിന്ന് ക്ഷമകെട്ടപ്പോൾ ഒരു ബസ്സ് തൊട്ടിൽ പോലെ ഇളകിയാടി വരുന്നു. ചാടിക്കയറി സീറ്റു പിടിച്ചു. സൗണ്ട് ബോക്സിൽ നിന്നും മനോഹരമായ ഈണത്തിൽ പാട്ട് പ്രവഹിക്കുന്നു.

'അരികിൽ വരണേ യേശുനാഥാ,
അഭയം തരണേ നായകാ...'

പരിചയമില്ലാത്ത ജോലി ചെയ്തതു കാരണം നന്നേ ക്ഷീണമുണ്ടായിരുന്നു. മേലാസകലമുള്ള നീറ്റൽ പല്ലുകൊണ്ട് കടിച്ചമർത്താൻ ശ്രമിക്കവേ കണ്ടക്ടർ ടിക്കറ്റുമായി വന്നു. പൈസ വാങ്ങുന്നതിനിടയിൽ അയാൾ എന്നെ അടിമുടി നോക്കുകയുണ്ടായി. പൊടുന്നനെ വെപ്രാളത്തോടെ ചാടിപ്പോയി ഡ്രൈവറോട് എന്തോ കയർക്കുന്നത് കണ്ടു. തിരിച്ചുവന്ന് മുഖത്ത് കണ്ടമാനം വിനയം വാരിത്തേച്ച് എന്നോട് പറഞ്ഞു.

'വകതിരിവില്ലാത്തോനാ, പറഞ്ഞിറ്റ്ണ്ട്, മാറ്റാൻ പറഞ്ഞിറ്റ്ണ്ട്,

ഇനി ആവർത്തിക്കുലാന്ന് വാക്ക് തന്നിറ്റ്ണ്ട്.'

എനിക്കൊന്നും മനസ്സിലായില്ല.

അയാളുടെ അകാരണമായ വെപ്രാളത്തിന്റെയും, വിനയത്തിന്റെയും അർത്ഥം ചികയാനൊന്നും എന്റെ ക്ഷീണം അനുവദിച്ചില്ല.

'മനസ്സിൻമുരളിയിൽ നിൻനാമമല്ലാതെ
മറ്റൊന്നുമില്ലെനിക്കുരിയാടുവാൻ കൃഷ്ണാ...'

സൗണ്ട് ബോക്സിൽ നിന്ന് മനോഹരമായ ഈണത്തിൽ പാട്ട് ഒഴുകിയെത്തി.

വീട്ടിലെത്തിയപ്പോൾ ഉടുമുണ്ടും തോർത്തും അലക്കു പാത്രത്തിലിട്ടശേഷം കുളിക്കാനായി ഞാൻ കിണറ്റുവക്കത്തേക്കു നടന്നു.

●

വായുക്ഷോഭം

വശുവിന്റെ പേരിൽ രാജ്യത്താകെ നടക്കുന്ന കൊലപാതകങ്ങളായിരുന്നു, കപ്പാലത്തിന്റെ കൈവരിയിൽ ഞങ്ങളുടെ അന്നത്തെ ചർച്ചാ വിഷയം.

ക്രൂരം, കഠിനം, നിഷ്ഠൂരം, പൈശാചികം, അല്ലാതെന്തു പറയാൻ...

സമൃദ്ധമായ താടിരോമങ്ങളിൽ വിരലോടിച്ചു കൊണ്ട് ബിജുവാശാൻ പറഞ്ഞു.

ഭക്ഷണത്തിൽ മണ്ണുവാരിയിടൽ, വർഗീയതയുടെ വിത്തു പാകൽ...

അന്യമതവിരോധം, അരികുവൽകരണം...

നാടിന്റെ ഐക്യം തകർക്കൽ, മനുഷ്യന്റെ സ്വൈര്യം കെടുത്തൽ...

ഓരോരുത്തരുടെയും നിലപാടുകൾ ഒന്നൊന്നായി പ്രഖ്യാപിക്കപ്പെട്ടു.

മറ്റു മതക്കാരോട് സ്നേഹവും സഹിഷ്ണുതയും ആദരവും പ്രകടിപ്പിക്കേണ്ടത് നമ്മൾഭാരതീയരുടെ ധർമ്മമല്ലേ... ?

ബിജുവാശാന്റെ ധാർമ്മിക രോഷം.

ഇഴജന്തുക്കളെ മുതൽ ഗജവീരൻമാരെവരെ വലുപ്പച്ചെറുപ്പ മില്ലാതെ സ്നേഹിക്കുകയും പരിപാലിക്കുകയും ആരാധിക്കുകയും ചെയ്തിരുന്ന നമ്മുടെ രാജ്യത്ത് മനുഷ്യർ തമ്മിൽ ഇങ്ങനെ പോരടിച്ചാൽ.... !

ശ്വാസം കഴിക്കാൻ അല്പം സമയമെടുത്ത ശേഷം ബിജുവാശാൻ തുടർന്നു.

പക്ഷിമൃഗാദികളോട് മാത്രമല്ല, വൃക്ഷലതാദികളോടും വരെ നമ്മുടെ പൂർവ്വികർ കാണിച്ച സ്നേഹവും സഹവർതിത്വവും ലോകം

മുഴുവൻ അംഗീകരിച്ചതല്ലേ? സംയമനവും, സമഭാവനയും, ഭാരതീയതയുടെ പര്യായമായിരുന്നല്ലോ. 'ലോകാ സമസ്താ സുഖിനോഭവന്തു' എന്നൊക്കെ നമ്മുടെ ബുക്കുകളിലല്ലാതെ മറ്റെവിടെയെങ്കിലും കാണുമോ...?

കേൾവിക്കാരായ ഞങ്ങളുടെ നെടുവീർപ്പുകളും 'അതെയതെ'യെന്ന മറുവാക്കുകളും തലങ്ങും വിലങ്ങും പാഞ്ഞു നടന്നു.

ഈ മഹാമനസ്കത ഉപേക്ഷിക്കുന്നത് ഇരിക്കുന്ന കൊമ്പ് മുറിക്കുന്നതിന് തുല്യം. വാസ്തവത്തിൽ പശുവിനെ പോലുള്ള മൃഗങ്ങളെ പണ്ടുള്ളവർ ഒപ്പം ചേർത്തു നിർത്തിയതു തന്നെ ഈ മഹാമനസ്കത കൊണ്ടാണെന്നറിയാത്ത പാവങ്ങൾ!

അതെയതെ, ശരിയാണ്, ശരിയാണ്.

ഞങ്ങൾ തലകുലുക്കി.

നമുക്ക് സഹജീവി സ്നേഹം തിരിച്ചുകൊണ്ടുവരണം. മിണ്ടാപ്രാണികളോട് സ്നേഹാദരം പ്രകടിപ്പിക്കുന്നത് ശീലമാക്കണം. മറ്റു മനുഷ്യരോട് അനുകമ്പയുളവാക്കാനും വെറുപ്പിന്റെ വിത്തുകൾ ഉള്ളിൽ അവശേഷിച്ചിട്ടുണ്ടെങ്കിൽ അത് തുടച്ചു മാറ്റാനും ജന്തുസ്നേഹം സഹായിക്കും. ആരാധിക്കുന്നെങ്കിൽ, സാത്വിക സ്വഭാവമുള്ള, സർവ്വഗുണസമ്പന്നയായ പശുവിനെ തന്നെ ആരാധിച്ചാൽ നന്ന്.

ശരിയാണ്, ശരിയാണ്.

പശു ഓക്സിജൻ പുറത്തുവിടുന്നു, ചാണകവും മൂത്രവും റേഡിയേഷൻ ഇല്ലാതാക്കുന്നു, പഞ്ചഗവ്യം ആന്റിബയോട്ടിക് ആണ്, സർവ്വ രോഗ സംഹാരിയാണ്, മറ്റതാണ്, മറച്ചതാണ്, മാങ്ങാത്തൊലിയാണ് തുടങ്ങി ചിലർ തട്ടി വിടുന്ന ചില നേരമ്പോക്കുകളുണ്ട്. അതൊക്കെ ശരിയാണെങ്കിൽ ഉത്തർപ്രദേശിലെ ഗോരക്ഷാപുരത്ത് ഓക്സിജൻ കിട്ടാതെ പിള്ളേര് ചാവുമോ? നട്ടാൽ കുരുക്കാത്ത അമ്മാതിരി കണ്ടുപിടുത്തങ്ങളോട് നമുക്ക് മുഖം തിരിക്കാം. പക്ഷേ പശു ഊർജ സ്രോതസ്സാണ് എന്ന് ആരെങ്കിലും പറഞ്ഞാൽ അനുഭവസ്ഥർക്ക് അത് എളുപ്പം അവഗണിക്കാനാവില്ല. പശുവിനടുത്തു അല്പനേരം നിന്നു നോക്കൂ. കഴുത്തിന് അല്പനേരം തടവിനോക്കൂ. അയവിറക്കൽ അല്പനേരം ആസ്വദിച്ചു നോക്കൂ. ഒരുതരം പോസിറ്റീവ് എനർജി നമ്മിലേക്ക് പ്രവഹിക്കുന്നത് കൃത്യമായി ഫീൽ ചെയ്യും. പ്യൂരിറ്റിയുടേയും ചാരിറ്റിയുടേയും സിമ്പൽ കൂടിയാണ് പശു. പാൽ, വെൺമയുള്ളത്. വെൺമ സമം നന്മ. നമ്മുടെ മിൽമാക്കാരുടെ പരസ്യം തന്നെ 'കേരളം കണികണ്ടുണരുന്ന നൻമ' എന്നല്ലേ...

ബിജുവാശാൻ ഇമ്മാതിരി നിരീക്ഷണങ്ങളും കണ്ടെത്തലുകളും ചിള്ളിയെടുക്കുന്നത് താടിരോമങ്ങൾക്കിടയിൽ നിന്നാണെന്ന് പലപ്പോഴും തോന്നാറുണ്ട്.

നിർത്തി, പശുമാംസം കഴിക്കുന്നത് ഞാൻ നിർത്തി.

കൂട്ടത്തിലൊരാൾ ഉറപ്പിച്ചു.

ഞാനും നിർത്തി.

മറ്റൊരാൾ.

ഞാനും,

ഞാനും......

എല്ലാവരും ഉറച്ച തീരുമാനത്തിലെത്തി.

അന്ധവിശ്വാസത്തിന്റെ പേരിൽ ആരും ഇങ്ങനെയൊരു തീരുമാനം എടുക്കരുത്.

ബിജുവാശാൻ താക്കീത് നൽകി.

സംഘിവാദക്കാരുടെ താളത്തിന് ആരും തുള്ളുകയല്ല നമ്മൾ ചെയ്യുന്നത് . പക്ഷേ, പശു സമൃദ്ധിയുടേയും, സ്നേഹത്തിന്റെയും, സഹനത്തിന്റെയും അടയാളമാണെന്ന് നമ്മൾ മറന്നുകൂടാ. പുല്ല്, വൈക്കോൽ, കാടിവെള്ളം, പിണ്ണാക്ക് തുടങ്ങി മറ്റാർക്കും വേണ്ടാത്തത്മാത്രം കഴിച്ച് എല്ലാവർക്കും വേണ്ടുന്ന പാൽ യഥേഷ്ടം തരുന്ന എന്നതാണ് മറ്റൊരു മഹത്വം.

അതെയതെ. ശരിയാണ്, ശരിയാണ്.

ഞങ്ങൾ എല്ലാവരും തലയാട്ടി കൊണ്ടിരുന്നു.

പശുവിനെ സൂക്ഷ്മമായി നിരീക്ഷിച്ചിട്ടുള്ളവർക്കറിയാം മനുഷ്യന്റെ സന്തോഷമാണ് അതിന്റെ സന്തോഷം. നമുക്ക് വേദനിക്കുമ്പോൾ, നമ്മുടെ ഹൃദയം പിടയുമ്പോൾ അതിന്റെ മുഖത്ത് ദൈന്യത നിഴലിക്കും, കണ്ണുകൾ നിറഞ്ഞൊഴുകും...

ബിജുവാശാന്റെ തൊണ്ടയിടറി.

അതെയതെ. ശരിയാണ്. അമ്മയുടെ സ്നേഹം...

ഞങ്ങൾ വിങ്ങിക്കൊണ്ട് ഒപ്പം ചേർന്നു.

അതുകൊണ്ടല്ലേ മുപ്പത്തിമുക്കോടി ദൈവങ്ങളുണ്ടായിട്ടും അക്കൂട്ടത്തിൽ ചെറുതല്ലാത്ത സ്ഥാനം പശുവിനും നൽകിയിരിക്കുന്നത്.

ശരിയാണ്, ശരിയാണ്.

പിന്നെ കുറെ നേരം ആരും ഒന്നും മിണ്ടിയില്ല.

പെട്ടെന്ന് ബിജ്ജുവാശാൻ വാച്ചിൽ നോക്കി. താടിരോമങ്ങളിൽ നിന്ന് വിരലെടുത്തുകൊണ്ട് പറഞ്ഞു.

ഹോ, നേരം കുറെ വൈകി. കര്ണേട്ടൻ കട പൂട്ടാൻ നോക്കു ന്ന്ണ്ടാവും. പഞ്ചാരയും പാൽപൊടിയും വാങ്ങിയില്ലെങ്കിൽ നാളെ ചായ കുടിക്കല്ണ്ടാവില്ല. ഓള്ടെ വക കലമ്പ് വേറെ.

അതെയതെ, ശരിയാണ്, എന്നു പറഞ്ഞ് എല്ലാവരും എഴുന്നേറ്റു.

തിരിച്ചു പോകാനുള്ള ബസ്സിൽ കയറുന്നതിനു മുൻപേ കവല യിലെ പൂജാ സ്റ്റോറിൽ നിന്ന് കണ്ണാടി ചില്ലിലടക്കം ചെയ്ത ഗോമാ താവിന്റെ കളർ ചിത്രം ഓരോരുത്തരും പൊതിഞ്ഞു വാങ്ങി.

ഫോട്ടോ വെച്ച് പൂജിക്കുന്നത് തന്നെ പോഴത്തമാണ്.

ബസ്സ് കാത്തു നിൽക്കവേ, ബിജ്ജുവാശാൻ ഓർമ്മിപ്പിച്ചു.

പക്ഷേ, പശുവിനെ വാങ്ങാനും, തൊടാനും, തടവാനും, പരി പാലിക്കാനും, നിത്യേന കണികാണാനും ഉള്ള മനസ്സും, ആ രോഗ്യവും, സാഹചര്യവും, സമ്മർദ്ദവും നമുക്ക് ഇല്ലാത്തതു കൊണ്ട് ഫോട്ടോയെങ്കിൽ ഫോട്ടോ. അത്രയും നന്ന്. പൊന്ന് വെക്കേണ്ടിട ത്ത് പൂവ് വെക്കുന്നു എന്ന് സമാധാനിക്കാം.

എല്ലാവരും തലയാട്ടി.

ബസ്സിലിരിക്കുമ്പോൾ, മുൻ സീറ്റിൽ, പർദ്ദയിട്ട സ്ത്രീയുടെ തോളിൽ നിന്ന് ഒരു കൊച്ചു കുട്ടി ഞങ്ങളെ തുറിച്ചു നോക്കുകയുണ്ടായി. അത് ഇടയ്ക്കിടെ വൃത്തികെട്ട ശബ്ദത്തിൽ മൂക്കിള വലിച്ചു കേറ്റുന്നുണ്ടായി രുന്നു. പൊടുന്നനെ ബിജ്ജുവാശാൻ കുട്ടിയുടെ നേർക്ക് 'ഫ' എന്ന് ഒരാട്ട് വെച്ചു കൊടുത്തു. എന്നിട്ട് താടി രോമങ്ങൾ വിറപ്പിച്ചു കൊണ്ട് അടുത്തിരിക്കുന്ന എന്നോട് പതുക്കെ പറഞ്ഞു.

കുറെ നേരമായി ചെക്കനെ സഹിക്കുന്നു. ആ വൃത്തികെട്ട മൂക്കി ലൂടെ ഒലിപ്പിനോടൊപ്പം ഒരു ദയയുമില്ലാതെവലിച്ച് കേറ്റുന്നത് നമ്മുടെ ആരാധനാമൂർത്തിയായ വായുഭഗവാനെയാണ്! എരപ്പൻ!

അതെയതെ, ശരിയാണ്, ശരിയാണ്.

●

വിദ്യാരംഭം

വർത്തമാപ്പീസുകളിലും, വായനശാലകളിലും ട്യൂട്ടോറിയൽ കോളേജുകളിലും വരെ എഴുത്തിനിരുത്ത് മഹാൽസവം അരങ്ങുതകർക്കാൻ തുടങ്ങിയപ്പോൾ കുന്നമ്പുറത്തമ്പലത്തിലെ ശാന്തിക്കാരന് പണി കുത്തനെ കുറഞ്ഞു. കിട്ടിക്കൊണ്ടിരുന്ന വരുമാനത്തിന് ഇടിച്ചിലുണ്ടായി.

ഏതുപ്രതിസന്ധിയിലും പരിഹാരം പറഞ്ഞു തരാറുള്ള ജ്യോതിഷരത്നം ഭുവനേന്ദ്രൻ ഗുരിക്കളുടെ ഭവനത്തിൽ ചെന്ന് കാര്യങ്ങളുടെ കിടപ്പ് ഉദ്ബോധിപ്പിച്ചു.

'...സപ്തംബർ ഇരുപത്തൊന്നിന് രാവിലെ അഞ്ചുമണിമുതൽ ഒക്ടോബർ മുപ്പത്തൊന്നിന് രാത്രി പത്തുമണിവരെ ബുധഗ്രഹത്തിന് മൗഢ്യസ്ഥിതി...ച്ചാൽ ദൈവസന്നിധിക്ക് പുറത്തുള്ള വിദ്യാരംഭം അപമൃത്യു വിളിച്ചുവരുത്തും....'

ഓട്ടുതളികയിൽ, ശാന്തിക്കാരൻ വെച്ച ഒരട്ടി പണം തുപ്പൽ തൊട്ട് എണ്ണി തിട്ടപ്പെടുത്തവേ, ഗുരിക്കൾ തുടർന്നു.

'ഈ സന്ദേശംഅച്ചടിപ്പിച്ച്, വീടുവീടാന്തരം വിതരണം ചെയ്യാൻ അമ്പലക്കമ്മിറ്റിക്കാരെ ഏർപ്പാടാക്ക്വ. ധനവും ഐശ്വര്യവും താനേ വന്നുചേരും.'

പണക്കെട്ട് ബാഗിൽ ഇറക്കിവെക്കുമ്പോൾ ഗുരിക്കളുടെ മൊബൈൽ ഒച്ചവെച്ചു.

മസ്കറ്റിൽ നിന്നും മകനാണ്.

അവിടുത്തെ മലയാളിസമാജം, അൽ-ഫിലാജ് ഹോട്ടലിൽ

സിനിമാതാരങ്ങളുടെ കാർമികത്ത്വത്തിൽ സംഘടിപ്പിക്കുന്ന എഴുത്തിനിരുത്തിൽ സഞ്ജുമോന്റെ പേര് റജിസ്റ്റർ ചെയ്തിരിക്കുന്നു.

അച്ഛൻ മനസ്സുകൊണ്ട് കൊച്ചുമോനെ അനുഗ്രഹിക്കണം. യാത്രപറയാൻ കാത്തു നിൽക്കുകയായിരുന്ന ശാന്തിക്കാരനോട്, ഉരിക്കൾ തന്റെ സന്തോഷം പങ്കുവെച്ചു.

'മസ്കറ്റിലൊക്കെ എഴുത്തിനിരുത്തുന്നത് സിനിമാ താരങ്ങളാ. താരങ്ങൾ ആകാശത്തുള്ളോരല്ലേ, ദൈവാംശം കാണാണ്ടിരിക്ക്വോ....?'

●

വെറും കക്കൂസ് കഥ

ഒരു കലം ചക്കപ്പുഴുക്കും ഒരു ചട്ടി മാമ്പഴപുളിശേരിയും കൂട്ടി ഒരു കുന്ന ചോറുണ്ടശേഷം ഏമ്പക്കമിട്ട് ഉറങ്ങാൻ കിടന്ന കാർന്നോപ്പാടിന് പാതിരായ്ക്ക് തുറാൻമുട്ടി. വയറമർത്തി, ഉടുമുണ്ട് അടിയിൽ കോർത്തു പിടിച്ച് നിർക്കർക്ക തുള്ളിയ മൂപ്പർക്ക് പറമ്പിലേക്ക് പാഞ്ഞതേ ഓർമ്മയുള്ളൂ. സ്വർഗം കാണുന്ന ഇമ്മാതിരി അനുഭവം ജൻമത്തിലുണ്ടാവരുതെന്നുകരുതി, പറമ്പിലെ വരിക്കപ്ലാവ് മുറിച്ച് വിറ്റ് മുറിക്കുള്ളിൽ യമണ്ടൻ കക്കൂസുണ്ടാക്കി. പാവം പിടിച്ച പെങ്ങന്മാർക്കും അനന്തിരവൻമാർക്കും നേരം കെട്ട നേരത്ത് ഇതുപോലുള്ള ഏനക്കേട് സംഭവിച്ചാലോ എന്നു ഭയന്ന് മുട്ടിയുരുമ്മുംമട്ടിൽ ഓരോരുത്തർക്കും ഓരോ കക്കൂസ് പണിതുനൽകി. ഇതിനുവേണ്ടി പറമ്പിലെ മൂവാണ്ടനും, പുളിയനും, ബപ്പക്കായിയും മുറിഞ്ഞു വീണു. ഒരു മറപോലും അവശേഷിച്ചിട്ടില്ലാത്ത പറമ്പിൽവച്ചെങ്ങാനും, ആർക്കെങ്ങാനും, എപ്പോഴെങ്ങാനും ഉൾവിളി തോന്നിപ്പോയാലോ എന്നുകരുതി തലങ്ങും വിലങ്ങും കക്കൂസുണ്ടാക്കി.

കലവറയിലെ നെല്ല്മുഴുവൻ ഇതിനായി അരിച്ചു പെറുക്കി വിറ്റു. കക്കൂസുണ്ടാക്കൽ ഹരമായി മാറിയ കാർന്നോപ്പാട് ചോരിക്കുന്ന മുരുട വരെ തൂക്കി വിറ്റു.

ഒടുക്കം അടുപ്പിൽ തീ പുകയാതായി.

കാർന്നോപ്പാടും പെങ്ങൻമാരും അനന്തിരവൻമാരും എല്ലും തോലുമായി.

ആൾപെരുമാറ്റം ഇല്ലാതായ കക്കൂസുകളിൽ പുറ്റ് പൊന്താൻ തുടങ്ങി.

●

സന്തോഷവും സങ്കടവും

എഴുതുകയായിരുന്നു രണ്ടുപേർ

ഒരുവൻ എഴുതിയത് അപ്പാടെ മായ്ക്കുകയും, വീണ്ടും എഴുതുകയും വീണ്ടും മായ്ക്കുകയും ചെയ്തു. ഏറെ നേരം ഇങ്ങനെ ചെയ്യേണ്ടിവന്നപ്പോൾ മുഖത്ത് നിരാശയും സങ്കടവും

രണ്ടാമനും ഏറേനേരമായി, ഏതാണ്ട് അപ്രകാരം തന്നെ ചെയ്യുന്നുണ്ടായിരുന്നു. പക്ഷേ മുഖത്ത് സംതൃപ്തിയും സന്തോഷവും

'നിന്നെപ്പോലെ സന്തോഷിക്കുവാൻ എനിക്കു കഴിയുന്നില്ലല്ലോ' എന്ന് ഒന്നാമൻ സങ്കടപ്പെട്ടു.

'നീ എഴുതിയിട്ട് മായ്ക്കുന്നു, ഞാൻ മായ്ച്ചിട്ട് എഴുതുന്നു' രണ്ടാമൻ സന്തോഷത്തോടെ മറുപടി പറഞ്ഞു.

●

സമാധി

റോഡരികിൽ ടാർപോളിൻ കൊണ്ട് കെട്ടിമറച്ചുണ്ടാക്കിയ ബുക്സ്റ്റാളിൽ പഴയകാല ആദ്ധ്യാത്മിക പുസ്തകങ്ങൾ പാതി വിലക്ക് കിട്ടുമോ എന്നറിയാൻ ചെന്നതായിരുന്നു ഞാൻ. പലമാതിരിഭഗവൽസ്തോത്രങ്ങളുടെ, ആകാശംമുട്ടുന്ന അട്ടിയിലാണ് ആദ്യം കൈ പാഞ്ഞുചെന്നത്. പിന്നെ, ആത്മീയ ആചാര്യൻമാരുടേയും ആദ്ധ്യാത്മിക ചിന്തകൻമാരുടേയും ജീവചരിത്രങ്ങളുടെ കടലിൽ ഊളിയിട്ടു. അന്നേരമാണ് 'ശ്രീനാരായണഗുരു: കേരളം കണ്ട മഹാനായ സാമൂഹ്യപരിഷ്കർത്താവ്'' എന്ന കല്ലച്ചിലച്ചടിച്ച, തുന്ന് പൊട്ടിയ പഴയ പുസ്തകം ശ്രദ്ധയിൽ പെട്ടത്. ഉൽക്കണ്ഠയോടെ കണ്ണു കൂർപ്പിക്കവേ, കടക്കാരൻ ചാടിവന്ന് പുസ്തകം കൈക്കലാക്കി. പിന്നെ 'പഴയതാണ്, വളരെ പഴയതാണ്'' എന്ന് പരിഭ്രമത്തോടെ പിറുപിറുക്കുകയും, പേനയെടുത്ത് 'സാമൂഹ്യ' എന്നത് വായിക്കാനാവാത്തവിധം വെട്ടി 'ഹിന്ദുമത' എന്ന് ആനവല്ലപ്പത്തിൽ എഴുതി ചേർക്കുകയും ചെയ്തശേഷം ഭവ്യതയോടെ കൈയിൽതന്നു.

●

സ്വർണപ്രശ്നം

അമ്മ കുഴഞ്ഞു വീണ മരിച്ചതിന്റെ നാലാംനാൾ ആലുള്ളപുര യിൽ അംബുജാക്ഷിക്ക് നേരിയ നെഞ്ചു വേദന. ഭർത്താവ് ഗുണശേഖരൻ ജാതകം പൊതിഞ്ഞെടുത്ത് ജ്യോതിഷാലയത്തിലേക്ക് ധൃതിപ്പെട്ടോടി.

'...മാതൃനാശം അവിട്ടം കുംഭക്കൂറിലായതു കൊണ്ട് വസുപഞ്ച കദോഷം കാണുന്നു. കുടുംബത്തിലെ അഞ്ചുപേർക്ക് ഒരു വർഷത്തി നുള്ളിൽ ജീവഹാനിക്ക് സാധ്യത.

ദോഷം ഇണങ്ങൻമാരിലോളം നീളാം...'

'പ്രതിവിധി?'

പൂച്ചപിടിച്ച എലിയുടെ കരച്ചിൽ പോലെ ഗുണശേഖരന്റെ ചോദ്യം.

'തീർച്ചയായും'

ജ്യോൽസ്യന്റെ സാന്ത്വനം

'...ഭക്ത്യാദരമുള്ള ക്ഷേത്രദർശനം, പുരോഹിതൻമാർക്ക് കാണിക്ക, നിത്യേന നിശ്ചിത സമയം ഈശ്വരധ്യാനം, ഗൃഹത്തിൽ മൃത്യുഞ്ജ യഹോമം, കൂവളദളം കൊണ്ട് ശിവസന്നിധിയിൽ പുഷ്പാഞ്ജലി......'

'അത്രയും മതിയോ?'

'പോര, ഒരു പ്രായശ്ചിത്തം കൂടിയുണ്ട്. ഗൃഹാന്തരാളത്തിൽ മാതൃ സ്വത്ത് സൂക്ഷിക്കുന്നത് അപകടം. ഒന്നൊഴിയാതെ കണ്ടെടുത്ത് ശ്രീകൃഷ്ണ ഭഗവാന് സമർപ്പിക്കണം'

എല്ലാം മുറപോലെ ചെയ്തു. ക്ഷേത്രത്തിൽ പോകാനും, തൊഴാനും, ജപിക്കാനും നീരസം കാട്ടിയ തെറിച്ചപിള്ളേരെ മരണംകാട്ടി വരുതിയിലാക്കി.

അമ്മയുടെ കമ്മലും കഴുത്തിലയും, അമ്മ കുറിവെച്ച് വാങ്ങിയ ഓട്ടുകിണ്ണവും, അംബുജാക്ഷി, ഗുണശേഖരന് പൊതിഞ്ഞു കൊടുത്തു. താനിട്ട കമ്മൽ അമ്മയുടെ വളയുരുക്കി പണിതതാണല്ലോ എന്നോർത്ത്, അതും അപ്പോൾതന്നെ അഴിച്ചു നൽകി.

എല്ലാം മഞ്ഞപ്പട്ടിൽ പൊതിഞ്ഞെടുത്ത് തൊട്ടടുത്ത ശ്രീകൃഷ്ണ ക്ഷേത്രത്തിൽ സമർപ്പിച്ച് തൊഴുതു പ്രാർത്ഥിച്ച ശേഷം സംതൃപ്തിയോടെ മടങ്ങി.

കമ്മലില്ലാത്ത അംബുജാക്ഷിയെ കണ്ട് സങ്കടംവന്ന ഗുണശേഖരൻ ബാങ്ക്ലോണെടുത്ത് നഗരത്തിലെ ജ്വലറിയിൽ പോയി. മുന്നിൽ സാക്ഷാൽ ജ്യോത്സ്യൻ. കസവുമുണ്ടിനു പകരം ഷർട്ടും പാന്റ്സും!

തൊട്ടുവിളിച്ച് പരിചയം പുതുക്കാനോങ്ങിയപ്പോഴാണ്, വിൽക്കാനായി മേശപ്പുറത്ത് വെച്ച പഴയ സ്വർണാഭരണങ്ങളിലേക്ക് കണ്ണുപാഞ്ഞത്. കൂട്ടത്തിൽ, താൻ ക്ഷേത്രത്തിൽ കാണിക്കയിട്ട കഴുത്തിലയും കമ്മലുകളും!

കൈ പിൻവലിച്ചു. പെട്ടെന്ന് നെഞ്ച് വേദനിക്കുന്നതുപോലെ തോന്നിയ ഗുണശേഖരൻ ധൃതിപ്പെട്ട് വെളിയിലിറങ്ങി.

●

ഹോമം

മോരിൻവെള്ളം അവിചാരിതമായി അധികം ചെലവാകാൻ തുടങ്ങിയപ്പോഴാണ്, തെരുവിൽ തിക്കും തിരക്കും രൂപപ്പെട്ട കാര്യം, നാരാണേട്ടൻ ശ്രദ്ധിക്കുന്നത്. കോള് കിട്ടിയ സന്തോഷത്തിൽ, മൂത്ത ചെക്കനെ ബക്കറ്റുമായിവിട്ട് കിണറ്റിൽനിന്നും തുരുതുരെ പച്ചവെള്ളം വരുത്തിച്ചു. ഇളയതിനെ വിട്ട് ഉപ്പും മുളകും, കുപ്പിക്കണക്കിന് മോരും വരുത്തിച്ചു. കലക്കേണ്ട താമസം, തീർന്നു പോകുന്നു. ഇനിയും കുറെ വേണ്ടിവരുമോ എന്നറിയാൻ, പിള്ളേരെ കടയിലാക്കി നാരാണേട്ടൻ പുറത്തിറങ്ങി നോക്കി.

ഇതുവരെയില്ലാത്തതും വിചിത്രവുമായ കാഴ്ചകളാണ് നാരാണേട്ടൻ ക്യൂവിൽ കണ്ടത്. ചിലർ പോക്കറ്റിൽ നിന്ന് പേനയെടുത്ത് റോഡിലെ കല്ലിൽ മുനകുത്തിപൊട്ടിക്കുന്നു. ചിലർ സഞ്ചിയിൽ നിന്ന് പെയ്ന്റിംഗ്ബ്രഷെടുത്ത്, ചത്ത എലിയെ എന്നപോലെ ഓടയിലേക്ക് വലിച്ചെറിയുന്നു. എന്റെ ശാസ്ത്രം ഇനിമുതൽ ജ്യോതിഷം മാത്രമെന്ന് ചിലർ ആണയിടുന്നു. മാധ്യമപ്രവർത്തനം ഇനി മണ്ണാങ്കട്ടയെന്ന് ചിലർ പിറുപിറുക്കുന്നു. നാടകവും സിനിമയും ഉണ്ടാക്കാൻ വേറെ ആളെനോക്കണമെന്നു പറഞ്ഞ്, ചിലർ തീർത്ഥയാത്രക്ക് ബുക്ക് ചെയ്ത ബസ് ടിക്കറ്റ് ഉയർത്തികാട്ടുന്നു.

ഒന്നും മനസ്സിലാവാതെ നാരാണേട്ടൻ മുന്നോട്ടു നടന്നു. ക്യൂവിന്റെ അങ്ങേത്തല പരതുകയാണ് ലക്ഷ്യം. വളഞ്ഞും പുളഞ്ഞും അത് നീണ്ടുപോകുന്നു. ഒടുക്കം ചെന്നു നിന്നത് അമ്പലമുറ്റത്ത്. നടയിലെ വഴിപാട് കൗണ്ടറിൽ കൈയിട്ട്, മുന്നിലത്തെയാൾ ഉറക്കെ പറയുന്നു.

'ഒരു മൃത്യുഞ്ജയഹോമം'

●

കവിസമ്മേളനം

പല കാലങ്ങളിലായി പരലോകത്ത് എത്തിയ കവികളെ വിളിച്ചുവരുത്തി കവിസമ്മേളനം സംഘടിപ്പിക്കാറുണ്ട്, ദേവേന്ദ്രൻ. ഓരോ മാസവും ഓരോ ഭാഷയിലുള്ള കവികളെയാണ് വിളിക്കാറ്. ഹിന്ദിക്കാരുടെ ഊഴമാണ് ഇത്തവണ. ക്ഷണക്കത്ത് കിട്ടിയ കവികളെല്ലാം കൃത്യസമയത്തു തന്നെ എത്തി. ഹരിഔധ്, ഗുപ്ത്, പ്രസാദ്, നിരാലാ, മാഖൻലാൽ, മഹാദേവി, ദിൻകർ, പന്ത്...

ഈണത്തിലും ഭാവത്തിലുമുള്ള ആലാപനം കൊണ്ടും, 'അരേ, വാഹ് വാഹ്' വിളികൊണ്ടും സ്വർലോകം മുഖരിതമായി.

'ഗത് യുഗ് കെ മൃത് ആദർശോം കെ താജ് മനോഹർ,
മാനവ് കെ മോഹാന്ധ് ഹൃദയ് മേ കിയേ ഹുയേ ഘർ?....'

സുമിത്രാനന്ദൻ പന്ത് ഉച്ചത്തിൽ ചൊല്ലിക്കൊണ്ടിരുന്നപ്പോൾ ദേവേന്ദ്രൻ ഇടക്കു കേറിപ്പറഞ്ഞു.

'ന്ക്ക് ന്ക്ക് ന്ക്ക്.' എല്ലാവരും നിശബ്ദരായി.

'താജ്മഹലിന്റെ മഹത്വത്തെക്കുറിച്ച് അന്നെഴുതിയത് ശരി. പക്ഷേ ഇന്നിങ്ങനെ ഉറക്കെ പാടാമ്വോ? കാലം മാറിയതൊന്നും ഇയാൾക്ക് തിരിഞ്ഞിറ്റ്ലാ?' പന്ത് ഷോക്കടിച്ചതുപോലെ നിന്നു. മറ്റു കവികളുടെ തൊണ്ട വറ്റി. നാട്ടിൽ നടക്കുന്ന കാര്യങ്ങൾ അതാത് സമയം അറിയാതിരുന്നതിൽ എല്ലാവരും നിരാശപ്പെട്ടു.

കവിസമ്മേളനം പിരിച്ചുവിട്ടതായി പ്രഖ്യാപിച്ച ശേഷം ദേവേന്ദ്രൻ പറഞ്ഞു.

'സോറി മിസ്റ്റർ പന്ത്, അയാം ഹെൽപ് ലസ്. നിങ്ങളുടെ സ്ഥാനം ഇനി നരകത്തിലാണ്.

●

കാഴ്ചദോഷം

ദുഃസ്വപ്നം കണ്ട് ഞെട്ടലായിരുന്നു രാജാവിന് അടുത്തിടെ ബാധിച്ച അസുഖം. പകലെന്നോ രാത്രിയെന്നോ ഇല്ല, ഉണ്ണുമ്പോഴോ ഉറങ്ങുമ്പോഴോ എന്നില്ല. എപ്പോഴും പേടിപ്പെടുത്തുന്ന സ്വപ്നം കണ്ട് വിയർക്കുന്നു.

കൊട്ടാരം വൈദ്യൻ ഇരുത്തിയും കിടത്തിയും നോക്കി. വാ പിളർത്തിയും നാക്ക് പുറത്തേക്കിട്ടും പരിശോധിച്ചു.

'കാഴ്ചദോഷം!' വൈദ്യൻ പറഞ്ഞു.

'അതായത് നമ്മുടെ പ്രവർത്തനങ്ങളിൽ അയൽരാജ്യക്കാർ അസൂയാലുക്കളാണ്, അല്ലേ?.' രാജാവ് ഞെളിഞ്ഞു.

'അങ്ങനെയല്ല. അങ്ങയുടെ 'സൽകർമ്മങ്ങൾ' കൃത്യമായി പ്രജകൾ കാണുന്നു. അവരുടെ പ്രതികരണങ്ങളാണ് അങ്ങയുടെ അസ്വസ്ഥതക്ക് കാരണം.'

'പ്രതിവിധി?'

'കണ്ണുരസായനം'

'മനസ്സിലായില്ല '

'കിങ്കരൻമാരെ വിട്ട് പ്രജകളുടെ കണ്ണുകൾ ചൂഴ്ന്നെടുത്ത് കൊണ്ടു വരിക. രസായനമുണ്ടാക്കി നാലുനേരം മുടങ്ങാതെ സേവിക്കുക. പ്രജകൾ മുഴുവൻ അന്ധരാവുന്നതുവരെ തുടരുക.'

●

സ്വപ്നം

ഒരു മായാജാലക്കാരനാവുക, എന്നത് ഒരു കാലത്ത് എന്റെ സ്വപ്നമായിരുന്നു, നടന്നില്ല.

കളിക്കളത്തിന്റെ ഏതു മൂലയിൽ നിന്ന് പന്ത് ചീറിപ്പാഞ്ഞു വന്നാലും നിഷ്പ്രയാസം തടുക്കാനും, കൈപ്പടിയിലൊതുക്കാനും കഴിയുന്ന ഗോളിയാവുക എന്നതായിരുന്നു എന്റെ മറ്റൊരു സ്വപ്നം. അതും നടന്നില്ല.

ഏതു തടിമാടൻ വന്നാലും ഒറ്റയടിക്ക് മലർത്തിയടിക്കാൻ കരുത്തുള്ള മല്ലനാവുക എന്നത് എന്റെ അടുത്ത സ്വപ്നം, അതും മണ്ണടിഞ്ഞു.

മായാജാല വേദിക്കുപുറത്ത്, കളിക്കളത്തിനു വെളിയിലെ ഇരിപ്പിടത്തിൽ, ഗോദയുടെ വേലിക്കപ്പുറത്ത് ആർത്തിരമ്പുന്ന ആൾക്കൂട്ടത്തിൽ ഒരാളായി മാറി ഞാൻ.

ഒരു കാണിയാവുക എന്നതായിരുന്നു എന്റെ എക്കാലത്തേയും ഉറച്ച സ്വപ്നമെന്ന് ഇപ്പോഴാണ് ഞാൻ തിരിച്ചറിഞ്ഞത്. കാരണം ലക്ഷ്യപ്രാപ്തിയിലെത്തുന്നതുവരെ ആരും സ്വന്തം സ്വപ്നം കൈയൊഴിയുകയില്ല.

•